एक डोळे
सात गाळे

'दिलीपराज प्रकाशन प्रा. लि. 'च्या नवीन पुस्तकांची यादी व
माहिती हवी असल्यास आपला पत्ता, दूरध्वनी क्रमांक किंवा
Email आमच्या diliprajprakashan@yahoo.in या
Email address वर पाठवावा किंवा आमच्याशी दूरध्वनी
क्रमांक फॅक्ससहित : ०२०-२४४८३९९५/२४४९५३१४
/ २४४७१७२३ यावर संपर्क साधावा.
आमच्या वेबसाईटला एकदा अवश्य भेट द्या.
Website: www.diliprajprakashan.com

एक डोळे
सात गाळे

सुभाष भेण्डे

 दिलीपराज प्रकाशन प्रा. लि.
२५१ क, शनिवार पेठ, पुणे - ४११ ०३०.

एक डोळे सात गाळे / Ek Dole Sat Gale

प्रकाशक
राजीव दत्तात्रय बर्वे,
मॅनेजिंग डायरेक्टर,
दिलीपराज प्रकाशन प्रा. लि.,
२५१ क, शनिवार पेठ,
पुणे - ४११ ०३०

© अजय भेण्डे
५, ज्ञानदेवी, साहित्य सहवास, कलानगर,
वांद्रे (पू.), मुंबई - ४०० ०५१

प्रकाशन दिनांक : १५ जुलै २०११

प्रकाशन क्रमांक : १८८५

ISBN : 978-81-7294-882-5

टाईपसेटिंग
पितृछाया मुद्रणालय,
९०९, रविवार पेठ, पुणे - ४११ ००२

मुद्रित शोधन
संदीप तापकीर

मुखपृष्ठ
सुहास चांडक

माझे
वाईकर मित्र
डॉ. सुरेश देशपांडे
आणि
सुषमा वैनी यांना...

अनुक्रमणिका

१
❈
एक डोळे सात गाळे

भल्या सकाळी प्राध्यापक डोळे माझ्याकडे आले आणि म्हणाले, ''नाडकर्णी, मी घर बदलतोय. दुसरीकडे ब्लॉक मिळालाय चांगला मोठा...''

''अहो, पण आत्ताचा तुमचा ब्लॉक छान होता की! कमी भाड्याचा'' मी बोलताना मध्येच थांबलो. हो, 'कमी भाड्याचा' म्हटलं, म्हणून त्यांच्या स्वत्वाला धक्काबिक्का बसायला नको!

''कमी भाडं? अहो, नाडकर्णी, सध्याच्या भाड्याच्या पाचपट भाड्याचा ब्लॉक आहे.''

''म्हणजे पाचशे रुपये? करणार काय एवढ्या मोठ्या ब्लॉकचं? नवरा-बायको दोनच तर माणसं.''

''एकूण सहा-सात खोल्या आहेत आणि एवढ्या खोल्यांचं काय करायचं, याबद्दलची स्कीम अजून मनात आखतो आहे.''

प्राध्यापक डोळे गेले, तरी त्यांच्या या 'ॲडव्हेंचर'बद्दल वाटणारं आश्चर्य कमी झालं नाही. डोळ्यांना ही दुर्बुद्धी का सुचली, हे मला कळेना. प्राध्यापक वर्गाची आर्थिक स्थिती मुळातच खालावलेली. 'देशाची भावी पिढी घडविणारा महान शिल्पकार' यासारखी बिरुदं रिकामा खिसा असलेल्या कोटावर मिरविणारा! मिळणाऱ्या तुटपुंज्या पगारातून एवढी रक्कम भाड्यासाठी खर्च केल्यानंतर वर दोन्ही वेळेला

खायचं काय? की दुपारी आणि रात्री जेवायची वेळ झाली, की सहा-सात खोल्यांतून शतपावली करीत फिरायचं आणि खोल्यांचा प्रचंड विस्तार पाहून तृप्तीचा ढेकर द्यायचा?

एवढ्या भाड्याचा ब्लॉक दुसऱ्या कुणी घेतला असता, तर मला फारसं आश्चर्य वाटलं नसतं; पण माशी श्रीखंडात पडली, तर तिला चाखून चाखून सोडून देणाऱ्यांपैकी प्राध्यापक डोळ्यांची जात! दुपारी कुणाच्या घरी बसायला जायचं असलं, तर 'तिथं चहा होणार', या हिशेबानं घरातून चहा न पिता निघणारे प्रा. डोळे घरी स्वयंपाक केला, तर खर्च फार येतो. म्हणून डोळे पती-पत्नी खाणावळीतला एक डबा खात! अशा या डोळ्यांनी एके दिवशी सकाळी उठून धाड्दिशी बाहेर पडावं आणि आख्खाच्या आख्खा पाचशे रुपयांचा ब्लॉक भाड्यानं घ्यावा?

'मुंगीनं मेरुपर्वत तर गिळला नाही ना?' अशी सुरुवात होणारं स्वगत मला आठवलं, एक वेळ मुंगी मेरुपर्वत गिळेल; पण प्रा. डोळे एवढे उदार होणं अशक्य कोटीतील गोष्ट!

डोळ्यांनी बिऱ्हाड बदलल्यावर आठवड्याभरातच मी त्यांचं नवं घर पाहायला गेलो, कुतूहलानं, मनात घोळणारं कोडं सुटावं म्हणून.

घर चांगलं ऐसपैस होतं. बाहेर एक हॉल; हॉलच्या दोन्ही बाजूस दोन खोल्या, दोन बेडरुम्स, एक डायनिंग रुम आणि एक किचन.

अशा घरात वास्तविक फर्निचरही भरगच्च हवं. पण डोळ्यांच्या धोरणात ते बसत नसल्यानं हॉलच्या एका कोपऱ्यात त्यांनी कधीतरी जुन्या बाजारात घेतलेल्या सेकंडहॅन्ड खुर्च्यांशिवाय म्हणण्यासारखं फर्निचर नव्हतंच! गोणपाटाच्या पिशव्या घेऊन फर्स्टक्लासमधून प्रवास करावा किंवा 'ताजमहाल' मध्ये बसून भजी किंवा भेळ खावी, तसं ते दिसत होतं! सामानाचा अडसर नसल्यानं मोकळी हवा मात्र चांगलीच खेळत होती. अर्ध्या डब्यातलं अन्न आणि भरपूर मोकळी हवा खाऊन प्रकृती सुधारण्याचा जंगी कार्यक्रम डोळ्यांनी आखला असावा, असं माझ्या मनात आलं.

हॉलच्या कोपऱ्यातल्या खुर्चीवर मी विराजमान झाल्यावर डोळे म्हणाले,

"आमच्या श्रीमतीजी एस.टी.सी. झाल्या. तेव्हा म्हटलं, मोठं घर घ्यायला हरकत नाही."

या दोन्ही घटनांचा अर्थाअर्थी काय संबंध आहे, हे माझ्या लक्षात येईना. बायको एस. टी. सी. झाली, म्हणून हा गृहस्थ पाचशे रुपये भाड्याचं घर घेत असेल, तर उद्या एम. ए. झाली, तर हजार रुपये भाड्याचं घर घेणार की काय? म्हणजे कॉलेजातून पगार घरी आणायलाच नको! घरमालकालाच 'ॲथॉरिटी' द्यावी पगार परस्पर घेऊन जाण्याची!

माझ्या चेहऱ्यावरील प्रश्नचिन्ह पाहून डोळे हसले नि म्हणाले,

"अहो, आता ती स्कूलमध्ये टीचर होऊ शकेल. तिच्या पगारातनं भाडं भरणं कठीण जाणार नाही."

"अहो, पण एवढा खटाटोप का म्हणून? आधी अपचनावरलं औषध विकत आणायचं आणि नंतर ते खपावं म्हणून पोट फुटेपर्यंत खायचं, हा उद्योग सांगितला कुणी? त्यांनी नोकरी करून पैसे मिळवायचे आणि ते परस्पर भाड्यासाठी खर्च करायचे! भारताच्या पंचवार्षिक योजनांसारखं होतंय हे!"

"हां नाडकर्णी, इथं चुकलात! मला या बाबतीत तरी तुमच्यापेक्षा किंचित अधिक कळतं! तुम्ही मला सल्ला देणं म्हणजे इराण्याला मटण कसं करायचं, हे शिकवण्यासारखं आहे! अहो, आमच्या श्रीमतीजी एकदा स्कूलमध्ये नोकरी करायला लागल्या, म्हणजे साहजिकच काही मुलं ट्युशनसाठी येणार आणि अशा वीस-पंचवीस ट्युशन्स मिळाल्या की पैसाच पैसा!"

मला त्यांचा हा हिशेब फारसा पटला नाही. मी त्यांचं बोलणं मुकाट्यानं ऐकून घेऊ लागलो. दुसरं काहीच करता येण्यासारखं नव्हतं. कारण डोळ्यांकडचा चहा ही जगातल्या अनेक अप्राप्य गोष्टींपैकी एक गोष्ट होती!

"हो! आणखी एक सांगायचं विसरलोच! हा हॉल एक तारखेपासून मी 'संगीत शारदे' ला भाड्यानं देणार आहे. त्यांचे गायन-वादनाचे क्लासेस इथं भरणार आहेत. महिन्याला दोनशे रुपये भाडं मिळणार आहे मला."

"गायन वादनाचे क्लास? म्हणजे डोकं जाग्यावर राहायचा सुतराम संभव नाही! दोनशे रुपये अॅस्प्रोवरच खर्च होतील. सर दुखनेपर अक्सीर इलाज!"

"नाडकर्णी, मला तुम्ही काय भारताचा अर्थमंत्री समजता, असं चुकीचं अर्थकारण करायला? अॅस्प्रोवर एवढा खर्च करायला माझं डोकं का फिरलं आहे?" माझ्या अज्ञानाची कीव करीत प्रा. डोळे उद्गारले, "संगीताचे क्लास दुपारी असणार, त्या वेळी मी कॉलेजात आणि श्रीमतीजी शाळेत. रविवारी आणि इतर सुट्टीच्या दिवशी क्लास बंद."

डोळे मला रस्त्याच्या कोपऱ्यापर्यंत पोचवायला आले आणि कोपऱ्यातल्या हॉटेलात माझ्या पैशाचा चहा पिऊन परत घरी गेले.

त्यानंतर पंधरवड्यानंतर प्रा. डोळे मला रस्त्यावर भेटले. काहीतरी विचार करीत स्वारी आपल्याच तंद्रीत निघाली होती. मी त्यांना हटकलं आणि सहज चौकशी केली.

"काय, कसं चाललं आहे तुमचं? गायन-वादनाचा क्लास सुरू झाला की नाही?"

"झाला की! धुमधडाक्यात सुरू झालाय आणि श्रीमतीजीच्या ट्युशन्सही जोरात चालल्या आहेत. अहो, मी अर्थशास्त्राचा माणूस आहे. माझी साधी कॅल्क्युलेशन्स चुकीची कशी ठरणार?"

"वा! म्हणजे आता सगळं काही सुरळीत चाललं असेल?"

"नाही हो! अजून तूट येतेच आहे. तीच काळजी आहे मला. पण मी असा डरतोय काय? आताच वर्तमानपत्रात जाहिरात देऊन आलोय!"

"ती कसली बुवा?"

"अहो, हॉलच्या दोन्ही बाजूंच्या त्या खोल्या आहेत ना? त्या मी कॉलेज विद्यार्थ्यांना टर्म बेसिसवर भाड्यानं देणार आहे. एका खोलीत तीन विद्यार्थी. सहाशे रुपये टर्म-फी, एक कॉट. एक टेबल आणि एक खुर्ची..."

"पण, एवढं फर्निचर एकदम..."

"त्यासाठी मी विद्यार्थ्यांच्याकडून ॲडमिशन फी ॲडव्हान्स घेणार आहे. फर्निचर आणून टाकलं की कटकट मिटली. कॉलेजची परीक्षा संपली की मुलं पसार! फर्निचर आपलं. उन्हाळ्याच्या सुट्टीत पाहुणेरावळे आले, तरी चिंता नाही!"

"पाहुणे नाही आले, तर सुट्टीत गाव पाहायला येणाऱ्या टुरिस्ट्सनासुद्धा तुम्ही खोल्या भाड्यानं देऊ शकाल की!" मी सुचवलं.

"ग्रँड आयडिया, बरं का, नाडकर्णी! थँक्यू व्हेरी मच! आता मी त्याबद्दलच विचार करीत होतो. म्हटलं, सुट्टीत करायचं काय त्या दोन खोल्यांच? वेस्ट ऑफ रिसोर्सीस! तुमच्या या उपयुक्त सजेशनबद्दल आज आपण तुम्हाला डबल कप चहा देणार, बुवा!" प्रा. डोळे उदार झाले होते.

एक कप भरून चहा 'ऑफर' करणं सोपी गोष्ट आहे?

मला काही महत्त्वाच्या कामासाठी एक ठिकाणी जायचं असल्यामुळं मी त्यांचं आमंत्रण आभारपूर्वक नाकारलं आणि त्यांच्या सुपीक डोक्याचं मनोमन कौतुक करीत मार्गाला लागलो. एखादा समुद्र जसा किनाऱ्यापासून मागं हटत जावा, तद्वत डोळे पती-पत्नी मागं मागं चालले होते. सात खोल्यांपैकी चार खोल्या तेवढ्या उरल्या होत्या. आता आणखी ते किती मागं हटणार आहेत, याबद्दलचं औत्सुक्य माझ्या मनात दाटलं होतं.

त्यानंतर काही दिवसांनी एकदा मी म्युनिसिपालिटीच्या गार्डनमध्ये एकटाच बसलो होतो. तेवढ्यात डोळे घाईघाईनं माझ्यापाशी आले व विचारू लागले.

"नाडकर्णी, तुमच्या कुणा नातेवाइकांना घर पुरत नाही काय? घरात गर्दीबिर्दी होते काय? घरात खूप माणसं- घर मात्र लहान- अशी बिकट परिस्थिती आहे का?"

"अं... आठवत नाही. विचार करून सांगतो."

डोळे उतावळेपणानं म्हणाले,

"नातेवाइकांचं नसेल, पण मित्रांचं वगैरे?"

"अरे पण का? तुम्ही तुमचं घर एक्सचेंज वगैरे करणार आहात काय?" माझ्या मनात आलं, डोळ्यांच्या योजना पत्त्यांच्या बंगल्याप्रमाणे कोसळल्या की काय?

"एक्सचेंज? ती बातच सोडा! आता इथपर्यंत आल्यावर मागं हटतो की काय?"

"हो ना! मी तेच म्हणतो! तुमचा बेत तरी काय आहे, ते कळू द्या"

"आमच्या ज्या दोन बेडरुम्स आहेत ना, त्या अशा गरजू मुलांना रात्री अभ्यासासाठी देणार आहे! घर लहान असल्यामुळं ज्यांची अभ्यासाची कुचंबणा होते, अशा विद्यार्थ्यांना तिथं रात्री निवांतपणे अभ्यास करता येईल. एका खोलीत चार-चार विद्यार्थी - फक्त रात्रीच त्यांनी यायचं. रात्री नऊला यायचं आणि सकाळी सहाला आमचा दूधवाला आला की बाहेर जायचं! महिन्याला अवघे साठ रुपये भाडं! दिवसाला म्हणजे रात्रीला दोन रुपये, म्हणजे फार महाग नाही! टेबल-खुर्ची, टेबल-लँप आमच्याकडचा!" डोळे आपली योजना सविस्तर समजावून देऊ लागले.

"योजना छान आहे, पण त्यात एक अडचण आहे," मी म्हटलं.

"अडचण? ती कोणती?" डोळ्यांचा चेहरा त्रस्त दिसू लागला.

"बेडरुम्स भाड्यानं देणार म्हणताय. मग दिवसाच का देत नाही?"

"अहो, दुपारी अकरा ते तीन तिथं मॉंटेसरी स्कूल भरतं..."

"अरेच्या! मग 'संगीत शारदे' ला मॉंटेसरी स्कूलचा अगर स्कूलला 'शारदे' चा त्रास होत नाही काय!"

" तो कसा होईल? मला तेवढा 'हा' समजू नका. मॉंटेसरी दुपारी ज्या वेळी भरते, तेव्हा 'संगीत शारदे' च्या क्लासला सुट्टी असते. 'संगीत शारदे' ची वेळ सकाळी नऊ ते अकरा व दुपारी चार ते सहा अशी आहे. नाडकर्णी, सगळं टायमिंग बरोबर जमलंय. कारण संध्याकाळी श्रीमतीजींच्या ट्युशन्स असतात. त्या वेळीही 'संगीत शारदे' चा त्रास होण्याचा संभव नसतो!"

"धन्य आहे तुमची. सगळं टाइमटेबल ऐकून माझंतर डोकं फिरायची वेळ आली."

प्रा. डोळे मनमुराद हसले. मग पुन्हा मूळ पदावर येऊन विचारू लागले, "सांगा आमची नवी योजना कशी वाटते ती? बेडरूम मुलांना अभ्यासासाठी भाड्यानं देण्याची योजना."

मी विचारावं की न विचारावं, अशा संभ्रमात पडलो. मग हळूच विचारलं,

"पण तुम्ही दोघं झोपणार कुठं? बेडरूम्स भाड्यानं दिल्यावर तुमच्याकडे डायनिंग रूम आणि किचन अशा दोनच खोल्या उरतात..."

"पुष्कळ झाल्या! अहो, करायच्या आहेत काय खूप खोल्या? मी झोपणार डायनिंग रूममध्ये आणि श्रीमतीजी झोपणार किचनमध्ये! नाही तरी आम्ही किचन स्वयंपाकासाठी वापरत नाहीच! डबेच आणतो खाणावळीतले."

"पण प्रायव्हसीचं काय?"

मी डोळे विस्फारून प्राध्यापक महाशयांकडे पाहत राहिलो.

ते पाहून डोळे माझ्याजवळ सरकले आणि एरवी विवाहित माणूस सहसा दुसऱ्या कोणाला सांगणार नाही, अशी गोष्ट त्यांनी कानाजवळ तोंड आणून मला सांगितली.

"नाडकर्णी, प्रायव्हेट आहे, पण तुम्हायला सांगायला हरकत नाही. अहो, भरपूर पैसे बँकेत जमल्याशिवाय मुलं होऊ द्यायची नाहीत, असं ठरवलंय मी! माल्थस म्हणतो, त्याप्रमाणं प्रिव्हेंटिव्ह चेक्स! मॉरल रिस्ट्रेंट! नैतिक ब्रह्मचर्य! हॅ हॅ हॅ..."

"असं?" मी चकित होऊन विचारलं, "वैनींची या गोष्टीला संमती आहे?"

"अहो, नवऱ्यानं जे ठरवलंय, त्याला श्रीमतीजींनी मुकाट्यानं मान्यता द्यायची असते! पत्नी ही पतीची कार्बन कॉपी असली पाहिजे! नवऱ्याच्या आचार-विचारांचा ठसा बायकोवर पूर्णपणे उमटला पाहिजे! आनंदाची गोष्ट म्हणजे आमच्या श्रीमतीजी अगदी साध्वी पतिव्रता आहेत. 'असे पती देवचि ललनांना' पैकी आहेत. हॅ हॅ हॅ - आम्ही नाटकं पाहिली आहेत एकेकाळी."

"फुकट पास मिळत असतील..." मी पुटपुटलो.

"काय म्हणालात?"

"तुमच्या डोक्याचं कौतुक करत होतो. खरंच तुम्ही इकॉनॉमिक्सचं ज्ञान व्यर्थ दवडीत नाही! मर्यादित साधनं आणि जास्तीत जास्त सुख! असं काहीतरी म्हणतो ना रॉबिन्स की कोण?"

"बरोबर! मग काय, चहा घेऊ या? की जेवायची वेळ झालीय तुमची?"

"जेवायची वेळ झालीय." त्यांना अपेक्षित असलेलं उत्तर देऊन मी उठलो.

"तेवढं मुलांचं ते लक्षात असू द्या! तुमच्या मित्रांच्या अगर नातेवाइकांच्या मुलांना फर्स्ट प्रेफरन्स! अहो, जाता जाता सोशल वर्कही झालं!"

प्रा. डोळ्यांच्या पाठमोऱ्या आकृतीकडे मी पाहत राहिलो. आता त्या उरलेल्या दोन खोल्या कुणाला तरी भाड्यानं दिल्या की, नवरा-बायको धर्मशाळेत जायला मोकळी झाली! छे! काय लोक असतात! प्राध्यापकाचा पेशा असून...

प्रा. डोळे नंतर तीन-चारदा ओझरते भेटले. त्यांच्या बेडरुम्समध्ये आठ मुलांची सोय झाली होती आणि वेटिंग लिस्टवर अजून पाच जणांची नावं आहेत, एवढंच मला कळलं. आता त्या उरलेल्या दोन खोल्यांबद्दलची काळजी त्यांच्या मनात घोळत असावी!

पण ती काळजी मोठ्या विचित्र तऱ्हेनं मिटली!

एकदा मी ऑफिसमधून घरी आलो, तेव्हा आमचं उत्तमांग मोठ्या उत्साहानं समोर आलं. एरवी ती माझी वाट एवढ्या उत्सुकतेनं पाहत नाही. तेव्हा काहीतरी विशेष बातमी असावी, हे मी ताडलं. म्हणून मी विचारलं,

"काही नवीन वार्ता?"

"अय्या, तुम्ही ऐकली नाही, प्रोफेसर डोळे यांच्याबद्दलची बातमी?" "प्रोफेसर डोळ्यांबद्दलची बातमी? काय, त्यांनी हजाराची जागा भाड्यानं घेतली, की पाचशेची जागा सोडून देवळात राहायला गेले?" प्राध्यापक डोळ्यांच्या बाबतीत दोन्ही शक्य होतं!

"कुठली हजाराची जागा घेऊन बसलात? अहो, मिसेस डोळे घरातून पळून गेल्या!"

"पळून गेल्या? कशा काय? एकट्याच ना? की नवऱ्याबरोबर!"

"एकट्याच नाही हो! त्यांच्या घरच्या हॉलमध्ये संगीताचे क्लास चालायचे ना? ते क्लास चालवणाऱ्या बेहेरेबुवांच्याबरोबर! बुवांनी संगीताची गुंगी चढवली असेल त्यांच्यावर!"

मला धक्काच बसला. माझा मिसेस डोळ्यांशी फारसा परिचय नव्हता; पण त्या असा काही विलक्षण प्रकार करतील, हे मनाला पटेना. स्वतः प्राध्यापक तिची तुलना गडकऱ्यांच्या सिंधूशी करत होते! अर्थात सिंधूला डोळ्यांसारखा नवरा मिळाला असता, तर तिनं काय केलं असतं, कोण जाणे?

मी दुसऱ्या दिवशी संध्याकाळच्या सुमारास प्राध्यापक डोळ्यांना भेटायला गेलो. ते किचनमध्ये खाणावळीतला डबा उघडून बसले होते.

मला पाहून ते हसले; पण त्यांचा चेहरा म्लान झालेला दिसत होता. वैवाहिक जीवनातला तो अनपेक्षित धक्का त्यांना कितपत जाणवला असेल, याचा निश्चित अंदाज करता येईना.

"झालेली गोष्ट ऐकून फार वाईट वाटलं..." मी म्हटलं.

अशावेळी काय बोललात, हे मला माहीत नव्हतं. आयुष्यात प्रथमच ही पाळी माझ्यावर आली होती.

"काही विचारू नका! अहो, मला इतके दिवस काहीच कल्पना आली

नाही, हो! बरं जाताना भांडून तरी गेली काय? नाव नको! परवा संध्याकाळी घरी आलो, तेव्हा रोजच्याप्रमाणं तिच्या ट्युशन्स चालू नव्हत्या. मी आत आलो, तो डायनिंग टेबलावर डब्याच्या खाली चिठ्ठी! तुमच्या संसाराला कंटाळून संगीत क्लासचे बेहेरेबुवा यांच्याबरोबर कायमची निघून जात आहे. मला शोधण्याचा प्रयत्न करू नका. एवढंच अखेरचं मागणं-' बस्स- एवढ्या दोनच ओळी.''

''असं? पण असं झालं काय त्यांना कंटाळायला?''

''अहो, नाडकर्णी, बायका त्या बायकाच. परमेश्वर अक्कल वाटीत होता, तेव्हा बसल्या असतील कुठंतरी स्नो-पावडर लावीत!'' मग माझ्याकडे वळून डब्याकडे नजर फिरवीत ते म्हणाले, ''जेवायला आग्रह करणार होतो; पण कालपासून मी दुपारचा फुल डबा आणतो आणि निम्मा रात्रीच्या वेळेस ठेवतो! श्रीमतीजी होत्या, तेव्हा दोन्ही वेळेला डब्यातलं गरम अन्न तरी मिळायचं!''

मी काही वेळ गप्प बसलो आणि मग त्यांचा निरोप घेऊन जायला निघालो. दारापाशी येऊन ते म्हणाले,

''नाडकर्णी, मला वाईट एवढंच वाटतं हो, माझी कॅल्क्युलेशन्स चुकली! अजिबात चुकली! इकॉनॉमिक्समध्ये ज्याला 'इक्विलिब्रियम पॉइंट' म्हणतात, तो मी गाठला होता. सगळं व्यवस्थित, सुरळीत चाललं होतं...''

''कुठली कॅल्क्युलेशन्स?''

''आता ही गेली, तेव्हा हिचा महिन्याचा पगार बंद झाला! शिवाय बेडरूममध्ये संध्याकाळी चालणाऱ्या तिच्या शिकवण्या यापुढं संपल्या! तेव्हा तेही उत्पन्न बंद झालं!''

''हो, झालं खरं!'' मी काही तरी बोलायचं म्हणून बोललो.

''आणखी बेहेरेबुवाही गेले, त्यामुळं 'संगीत शारदे'चे क्लासेस बंद पडले! म्हणजे बाहेरचा हॉलही रिकामा पडणार. छे! छे! माझा सारा प्लॅन अपसेट झाला! गेले दोन दिवस सारखा विचार करतोय यावर! डोकं फुटायची वेळ आलीय!'' ते डोक्यावर हात दाबीत म्हटले.

डोळ्यांच्या त्या जगावेगळ्या डोक्याकडे मी दिङ्मूढ होऊन पाहत राहिलो.

◆◆◆

२

माझं पहिलं नृत्य

गोव्याच्या एका कॉलेजात तरूण पिढीस शहाणं करून सोडण्याचं, मातीच्या गोळ्यांना आकार देण्याचं ऊर्फ प्राध्यापकाचं काम करत होतो मी त्यावेळी.

गोवा नुकताच स्वतंत्र झाला होता. पोर्तुगीज संस्कृतीचा प्रभाव अजून नाहीसा झाला नव्हता. गोव्याबाहेरील लोकांना 'इंडियन्स' म्हटलं जात होतं. हिंदू आणि ख्रिश्चन अशा दोन धर्मांत गोव्यातल्या समाजाची विभागणी; पण कोकण्यांच्या व किरिस्तावांच्या वागणुकीत, आचार-विचारांत जमीन-अस्मानाचं अंतर. हिंदू मुली घराच्या चार भिंतीआड राहायच्या. सटीसामासी बाहेर पडायच्या. ख्रिश्चन मुली पुढारलेल्या होत्या. नाच, गाणी, पिकनिक, बॉयफ्रेंडबरोबर फिरणं यात वाकबगार असायच्या.

गोव्यात प्रथमच कॉलेज निघालं होतं. त्यानिमित्तानं मुली घराबाहेर पडू लागल्या होत्या. लाजऱ्या. समोरून प्राध्यापक आले की, बुजून पळणाऱ्या हिंदू मुली आणि 'गुड मॉर्निंग सर' म्हणून फर्ड्या इंग्रजीत गप्पा मारणाऱ्या किरिस्ताव मुली.

हिंदू ख्रिश्चन मुलांच्यातही थोडाबहुत असाच फरक!

हिंदूंनी गोवामुक्ती सहजपणे स्वीकारली होती;

मात्र आपलं राज्य जाऊन आपण 'इंडियन' झालो, ही भावना ख्रिश्चन समाजात मूळ धरून होती. 'इंडियन इकॉनॉमी' शिकवताना भारताच्या दारिद्र्याच्या, भरमसाट लोकसंख्येचं तपशीलवार वर्णन करावं लागत होतं. त्या वेळी ख्रिश्चन मुला-मुलींचं उपरोधपूर्ण हसणं ऐकू आलंच नाही, असं दाखवावं लागत होतं.

तर अशा विद्यार्थीवर्गाला ज्ञानामृत पाजणं म्हणजे तारेवरची कसरत होती, असं म्हटलं पाहिजे!

पावसाळा संपला आणि थंडीचे प्रसन्न दिवस सुरू झाले. स्पोर्ट्सचा, गॅदरिंगचा आणि मुख्य म्हणजे पिकनिकचा हंगाम सुरू झाला. इंटर आर्ट्सच्या मुलांनी कोलवा बीचवर पिकनिकसाठी जायचं ठरवलं.

"सर, तुम्ही आलं पाहिजे." मुलं म्हणाली,

"मी कशाला? तुम्ही मुलं जा ना! माझी तुम्हाला उगाच अडचण!"

"अडचण का म्हणून?"

"हे पहा, पिकनिक म्हणजे मोकळेपणानं गप्पा मारायला न् वागायला तुम्ही जाणार! मी असलो म्हणजे तुम्हाला फ्रीली बोलता येणार नाही. विनोद करता येणार नाही. गाणी म्हणता येणार नाहीत." मी कारणं सांगितली.

"मला ठाऊक आहे, सर यायला का तयार नाहीत, ते!" एक ख्रिश्चन मुलगी हसत म्हणाली.

"असं? सांग बघू."

"सरांना बायकोला सोडून यावं लागणार! हक्काचा रविवार फुकट जाणार!" ती डोळे मिचकावून म्हणाली.

सर्व ख्रिश्चन मुलं हसली. हिंदू मुली 'अय्या... इश्श' करून एकमेकींना खुणावू लागल्या. हिंदू मुलं अधिकच गंभीर झाली.

"हे पहा, मिस डिकॉस्टा माझं लग्न नुकतंच झालं असलं ना, तरी लग्नापूर्वी सहा महिने आम्ही हिंडत-फिरत होतो. सिनेमा, नाटकं पाहत होतो! तिथल्या लोकांना आमचं फिरणं केवढं 'सेन्सेशनल' वाटलं होतं, ते मडगावात कुणालाही जाऊन विचार! तर मुख्य मुद्दा काय..."

"समजलं, समजलं!" तुमचं नेहमीचं लेक्चर नको, अशा आविर्भावात मुलं म्हणाली.

"ठीक आहे, मी येईन पिकनिकला..." मी विषय फारसा ताणला नाही.

रविवारी सकाळी स्पेशल बस निघाली. माझ्याबरोबर दोन ख्रिश्चन लेक्चरर्स

होते. मी एकटा हिंदू प्राध्यापक. ते ख्रिश्चन प्राध्यापक मुलामुलींत कधीच सामील झाले होते. 'हांव, सायबा, पलतडी, वैता. माका, सायबा, वाट कळंना' चा हैदोस सुरू होता. इंग्रजी, पोर्तुगीज गाण्यांचा कोरस चालला होता. गिटार, व्हायोलिन आणि ट्रंपेटचा आवाज कमी वाटला, तर खिडक्यांतून बाहेर हात काढून बसच्या पत्र्यावर ताल! एकूण पिकनिकचा मूड पहिल्यापासून जमू लागला होता.

कोलवा बीचवर एका बंगल्यात आम्ही मुक्काम ठोकला. ब्रेकफास्ट, चहा झाला. मग ख्रिश्चन मुलांनी रेकॉर्डप्लेअर बाहेर काढला. फॉक्स ट्रॉट डान्सची संथ लय सुरू झाली. गप्पा मारायला कठड्यांवर पाय सोडून बसलेल्या ख्रिश्चन मुलामुलींनी नकळत ऱ्हिदम पकडला. पाय जागच्या जागी ताल धरू लागले.

मग दोन-चार ख्रिश्चन मुलं उठली. त्यांनी हात पुढे करून ख्रिश्चन मुलींना ओढून हॉलच्या मध्यभागी आणलं. मुलींनी मुलांच्या खांद्यावर एक हात ठेवला. दुसरा हात पार्टनरच्या हातात गुंतवून त्या नाचू लागल्या. मुलं जागच्या जागी झुलू लागली. ख्रिश्चन प्राध्यापक कधीच डान्स करू लागले होते.

हिंदू मुलं-मुली बसल्या जागी डान्स पाहत होती. त्यांना हे काही नवीन नव्हतं. ख्रिश्चनांच्या संस्कृतीशी त्यांचा दुरून का होईना, परिचय होता. मी पुण्याहून येऊन वर्ष-दीड वर्ष झालं होतं. हा प्रकार फार नवीन नव्हता. तरीसुद्धा मी तो नवलानं पाहत होतो. देहभान विसरून मुक्तपणे नाचणाऱ्या त्या तरूण मुला-मुलींकडे पाहून मी अवाक झालो.

नृत्याचं एक आवर्तन संपलं, लगेच दुसरं सुरू झालं आणि तेवढ्यात मिस म्युरिअेल डिकॉस्टा कुठूनशी तीरासारखी आली. माझे हात ओढत म्हणाली,

"चला, सर..."

"चला? कुठं?" मी गोंधळून म्हणालो.

"कुठं म्हणजे? डान्स करायला!"

"डान्स? मला डान्समधली एबीसी माहीत नाही."

"मी शिकवते नाचायला!"

मी आजूबाजूला पाहिलं. हिंदू मुलं माझ्याकडे कुतुहलानं पाहत होती. ख्रिश्चन मुलं नाचता नाचता डोळे मिचकावीत होती. खोडकरपणे हसत होती.

मी इंग्रजीत म्हटलं,

"प्लीज, मिस डिकॉस्टा, तू मला आग्रह करू नकोस. तुमच्या सुरेख कार्यक्रमाचा अगदी विचका होईल!"

तिनं माझे हात सोडले. धावत जाऊन रेकॉर्डप्लेअर बंद केला. नाचणाऱ्या जोड्या जागच्या जागी थांबल्या. काही मुलं पुरती गोंधळली. डिकॉस्टाकडे रागानं

पाहू लागली.

"चला रे, आपण परत फिरूया!" ती म्हणाली.

मी विचारले,

"परत का म्हणून?"

"तुम्ही असे एका बाजूला एकटे बसणार असला, आमच्या आनंदात सहभागी होणार नसला, तर पिकनिक इथंच थांबवलेलं उत्तम!" ती म्हणाली.

"पण, मिस डिकॉस्टा..."

"होय सर..." दोन-चार मुलं एका सुरात म्हणाली. "म्युरिएल म्हणते, ते खरं आहे! आम्ही निघालो."

मी उठून उभा राहिलो. रेकॉर्ड पुन्हा चालू केली आणि मिस डिकॉस्टाचा हात हातात धरून म्हणालो,

"कमॉन.. मी नाचेन पहा हं... माझा पाय तुझ्या पायावर पडला, तर कळवळू नकोस!"

"माझी काळजी नको, सर! उजवा हात माझ्या कमरेभोवती टाका. यस, करेक्ट. आता डाव हात माझ्या उजव्या हातात गुंतवा... वा! तुम्ही अगदी एक्स्पर्ट असल्यासारखे पाऊल टाकता की! गुड." म्युरिएल मार्गदर्शन करत होती.

मी उगाच वाकडी-तिकडी पावलं टाकीत होतो. आजूबाजूला नाचणारी मुलं कौतुकानं पाहत होती. डिकॉस्टा खुशीत आली होती.

"सर, स्त्रीनं पुरूषाला डान्ससाठी बोलावणं म्हणजे त्याचं केवढं भाग्य!तरी तुम्ही नको म्हणत होता. कमाल आहे सर, तुमची! आणि म्हणे माझी अडचण होईल! अगदी 'इंडियन' झालात!"

रेकॉर्ड थांबली. मी तिचा हात सोडून माझ्या जागी येऊन बसलो. ख्रिश्चन मुलांचं अजून समाधान झालं नव्हतं.

चा चा चा- ट्विस्ट...

जेवण झाल्यानंतर खेळ सुरू झाला. 'पासिंग दि हॅट'. हॅटमध्ये चिठ्ठ्या टाकायच्या, म्युझिक सुरू करायचं. वर्तुळाकार बसलेल्यांनी हॅट पुढच्या माणसाकडे द्यायची. म्युझिक थांबलं की ज्याच्या हातात हॅट आहे, त्यानं एक चिठ्ठी उचलून त्यात लिहिली आहे, तशी शिक्षा भोगायची! एक गाणं म्हणा, एक विनोद सांगा. कोलांटी उडी मारा. दहा प्रदक्षिणा घाला.

एका हिंदू मुलीला चिठ्ठी उचलावी लागली. तिनं 'शिक्षा' वाचली,

'तुमच्या आवडत्या माणसासमोर गुडघे टेकून बसा.'

ती क्षणभर गोंधळली. मग सरळ माझ्यासमोर आली आणि गुडघे टेकून

बसली.

एखाद्या विद्यार्थ्यापुढे बसण्यापेक्षा सरांसमोर बसणं अधिक सुरक्षित!

मुलांनी हलकल्लोळ केला. ती मुलगी शांतपणे जागेवर जाऊन बसली. खेळ पुढं सुरू झाला.

संध्याकाळी घरी आलो. बाईसाहेब जांभया देत वाट पाहत होत्या.

"झाली का पिकनिक?"

"तर! मस्त! मजा आली!"

"हो! मी नाही ना? मग मजा येणारच!"

"तू काय केलंस दिवसभर?"

"झोपा काढल्या! तुम्ही नाही म्हणून स्वयंपाक करायचा इतका कंटाळा आला!"

"मला भूक नाही... मी थोडासा भात खाईन."

जेवण उरकून मी टेबलाजवळ बसलो. गप्पा मारू लागलो.

"अग सुषमा, आज अशी गंमत आली म्हणतेस!"

"काय काय केलंत, सांगा बघू."

"अग, धमाल नुसती! एक ख्रिश्चन मुलगी. ती म्युरिएल डिकॉस्टा गं! सुरेख दिसणारी, तू पाहिली आहेस तिला? नाही? उद्या दाखवीन! खट्याळ एक नंबरची. तिनं काय करावं? मला ओढून नेलं-चक्क डान्स केला मी तिच्याबरोबर."

"काय केलं?" जेवता जेवता मध्येच थांबून बाईसाहेबांचा प्रश्न.

"डान्स गं! फॉक्स ट्रॉट..."

"म्हणजे मुलीच्या कमरेभोवती हात टाकून दोघांनी एकमेकांना बिलगून गोल गोल फिरायचं, तेच ना?"

"अर्थात! तुला भरतनाट्यम, कथकली वाटलं की काय? जोडीनं करायचा डान्स!"

ती एकदम उठून उभी राहिली. हात धुवून, ताट मोरीत ठेवून, ती आवराआवर करू लागली.

"हे काय? भात का टाकलास?"

उत्तर नाही!

"अरेच्चा! एकाएकी झालं काय तुला?"

हूं नाही, की चूं नाही!

"छे बुवा! तुम्ही बायका म्हणजे अगदी इंपॉसिबल! कमाल करता तुम्ही!

अगं, ती म्हणाली, सर...., तुम्ही डान्स केला नाही, तर मी निघून जाईन.' ''

"एवढंच म्हणाली? की आणखी काही?'' केवळ स्त्रियांनाच शक्य आहे, असा कुत्सित आवाज.

"ती एकटीच नव्हे गं, सगळी मुलं परत जायला निघाली! म्हटलं, त्यांना वाटायचं, हा प्रोफेसर शिष्ट आहे. हा आमच्याशी समरस होत नाही.''

"समरस? आय सी! समरस!'' छद्‌मीपणा+कुत्सितपणा!

"सुषमा आता आणखी काही बोललीस ना, तर हा चिमटा डोक्यात घालीन तुझ्या!''

"घाला की! मुलींना मिठ्या मारून नाचा आणि बायकोच्या टाळक्यात चिमटा घाला!'' उपरोध+छदमीपणा+कुत्सितपणा.

आपलं डोकं खाली करून ती उभी राहिली होती. मी चिमटा खाली ठेवून तिचे हात धरण्याचा प्रयत्न केला; पण माझे हात झिडकारून ती धावत आत गेली.

मग तिची समजूत घालण्याचे माझे अयशस्वी प्रयत्न! भिंतीकडे तोंड करून ती जी एका कुशीवर झोपली, ती नाक शिंकरण्यासाठी आणि रूमाल शोधण्यासाठी सुद्धा दुसऱ्या कुशीवर वळली नाही.

तरी बरं, मी तिला रेखा कामतचा माझ्यासमोर गुडघे टेकून बसण्याचा प्रकार सांगितला नाही! बाप रे! नुसत्या कल्पनेनं माझ्या काळजात धडधडू लागलं!

पण कसंच काय!

सकाळी चहा मुकाट्यानं झाला. दुपारी कॉलेजहून आलो आणि 'आपण सगळं विसरून गेलोय', असं दाखविण्यासाठी खिलाडूपणानं 'काय मस्त बेत झालाय', असं जेवता जेवता मोठ्यानं म्हटलं; पण माझ्याकडे न पाहता केवळ दोनच शब्दांचं उत्तर.

"कालच्या पिकनिकपेक्षा?''

बाईसाहेबांच्या हातून कधी चहात साखर कमी पडायची. मग ती गडबडीनं उठत म्हणायची,

"अय्या, साखर कमी पडलीय. एक चमचा आणते हं.''

यावर मी कुठल्या तरी रोमँटिक कादंबरीत वाचलेलं वाक्य दडपून देई,

"साखर कशाला? माझ्या कपाला नुसते ओठ लावलेस तरी पुरे!''

(नवविवाहितांनी हे वाक्य पाठ करायला हरकत नाही!)

तर त्या दिवशी संध्याकाळी चहाचा कप माझ्यापुढे ठेवीत (ऊर्फ आदळीत) ती पुटपुटली,

"चहात साखर घातलेली नाही."

"मुळीच घातली नाहीस?" मी मनातल्या मनात खुश होत म्हणालो.

"मुद्दामच घातली नाही! आणि शिपायाकडून मिस डिकॉस्टाला निरोप पाठवलाय. आता एवढ्यात येईल ती कपाला ओठबीठ लावायला."

आणि मी काही म्हणायच्या आत मोरीपाशी जाऊन तिनं नाक शिंकरण्याचा केवढा तरी आवाज काढला.

दोन-चार दिवस घरातलं वातावरण तंग होतं. 'कोल्ड वॉर' सुरू होतं.

पाचव्या दिवशी दुपारी चहा घेताना ती म्हणाली,

"मला पन्नास रुपये हवेत."

"कशाला?"

मला वाटलं, इब्सेनच्या नोरासारखी किंवा अत्र्यांच्या निर्मलेसारखी बॅग घेऊन घराबाहेर चालली की काय?

"वास्को द गामा क्लब जॉईन करणार आहे."

"कशासाठी?"

"तिथं बॉल डान्स शिकवतात."

"सुषमा!" मी शरणागती पत्करली. "माझे आई, आता माझा आणखी अंत पाहू नकोस! शरणागताला अभय दे. पुन्हा कुणाबरोबर डान्स नाही करणार! केलाच, तर तुझ्याभोवती..."

"चावटपणा नको! पुन्हा कधी पाघळणार नाही ना?"

"नाही.'

"ख्रिश्चन मुलींना मिठी मारून..."

"नाही नाही!"

"ख्रिश्चनच काय, कुठल्याही मुलीला स्पर्श करणार नाही ना?"

"नाही नाही नाही! त्रिवार नाही!"

ती गोड हसली. म्हणाली

"आणखी चहा करू साखर न घालता?"

"आता चहाची अडचण कशाला आणखी? डायरेक्ट ओठांवर..."

तर ते असो.

तेव्हापासून आणखी खूणगाठ बांधली. पिकनिकला जायचं नाही. गेलो तरी डान्स करायचा नाही आणि केला तरी बाईसाहेबांना सांगायचं नाही.

◆◆◆

३
❊
इथे ओशाळले आई-बाप!

रात्रीच्या स्वयंपाकासाठी भाजी चिरत होते. ढबू मिरच्या बेसनाचं मोहन घालून तव्यावर परताव्यात की, मसूर टाकून मिरच्यांची पातळ भाजी करावी, असा गहन प्रश्न माझ्यापुढे उभा होता.

तेवढ्यात मनीषा पाय आपटीत आली. मनीषा ही आमची थोरली मुलगी. वय वर्षे सात. धाकटा अभिजित. वय वर्षे पाच. आमच्या त्रिकोणाला दोनच कोन. तर ते असो.

मी मनीषाला विचारले,

"काय बाईसाहेब, असं तणतणायला काय झालं?"

"टीचरनं होमवर्क करायला दिलंय राजा राममोहन रॉय' आणि 'महात्मा गांधीजी'- लेसन्स वाचायचे..."

"मग वाच ना! मला वाटलं, तुला काहीतरी खायला हवंय! जर्दाळू देऊ का? की फुटाणे?"

"अग आई, पण मला खायला नकोय! होमवर्कची कटकट आधी संपू दे!"

"होमवर्कची कटकट? मनीषा, हे तुझं बरं आहे हं! वह्या, पुस्तकं, बॅग, स्कूल फी, युनिफॉर्म..."

"आई शूज राहिले! माझी पाठ आहे यादी!"

"बरं बरं... शूज! एवढं सगळं आणून दिलं.

आता होमवर्कही आम्हीच करायचं का?'' ढबू मिरच्या तव्यावर परतून भाजी करण्याचा बेत मी पक्का केला होता तोपर्यंत.

''आई, तू आमचं 'अवर ग्रेट लीडर्स' वाच. तुलासुद्धा कळणार नाहीत काही शब्द!''

एकंदरीत आमच्या सुकन्येचा स्वतःच्या ज्ञानावर जेवढा विश्वास होता, तेवढाच आईच्या ज्ञानावर होता तर!

मी फिस्सदिशी हसले. आमच्या वनिता समाजाच्या कार्यवाह मिसेस सोनटक्क्यांनी कार घेतली. तेव्हापासून त्या ते विशिष्ट हसू हसत असत. मोठ्या प्रयत्नांनी मी ते हास्य आत्मसात केलं होतं. मातृदेवतेबद्दलचे मनीषेचे ते अनुदार उद्गार ऐकल्यानंतर मला ते 'राखीव' हास्य कसं असतं, ते तिला दाखवावंच लागलं! पण त्यामुळं मनीषा डगमगली नाही की, वनिता समाजाच्या काही सदस्यांप्रमाणं जळफळलीही नाही! तिनं शांतपणे म्हटलं,

''आई, मी की नाही, काही शब्द इथं लिहून आणले आहेत! तू मला अर्थ सांगशील?''

राजा राममोहन रॉय किंवा महात्मा गांधीजी काय, स्वयंपाकघरात चर्चा करायचे विषय नव्हते. मी कुकर लावला अन् बाहेर आले. आरामखुर्चीवर बसून मनीषेला समोरच्या खुर्चीवर बसायला सांगितलं. मग म्हटलं,

''आता बोल!''

मनीषानं वहीचं पान उघडलं. भात्यात बरेच बाण दिसत होते. तिनं एक बाण काढला.

''आई, इथं लिहिलंय, 'राजा राममोहन रॉय वॉज अ रिलीजिअस रिफॉर्मर,' याचा अर्थ काय?''

''हात्तिच्या! सोपा आहे! 'रिलीजिअस रिफॉर्मर' म्हणजे धर्मसुधारक...''

''धर्मसुधारक म्हणजे?''

''धर्मात सुधारणा घडवून आणणारा...''

''धर्म म्हणजे?''

''धर्म म्हणजे.. धर्म म्हणजे... मने, तुझी म्हंजे अगदी कमालच! धर्माचा अर्थ तुला ठाऊक नाही?'' मी थोडी फार गडबडले होते. रात्रीच्या वेळी वाट चुकावी, तसं वाटत होतं; पण धीर न सोडता मी म्हटलं, ''जगात अनेक धर्म आहेत, बरं का! हिंदू धर्म, ख्रिश्चन धर्म, इस्लाम धर्म...''

''इस्लाम म्हणजे?''

''मुसलमान लोक... त्यांचा धर्म.... म्हणजे इस्लाम धर्म...''

"पण आई सुधारणा म्हणजे काय?''

"राजा राममोहन रॉयना हिंदू धर्म सुधारायचा होता..''

"म्हणजे काय करायचं होतं?'' मनीषा नखं कुरतडत विचारत होती

"आपण मूर्तींची पूजा करतो ना-देवाच्या मूर्तींची-तशी ती पूजा करू नये, असं त्यांचं म्हणणं होतं!''

"पण मग देवघरात आपण देव ठेवलेयत, ते?''

मी उठले.

"थांब हं, कुकरची शिटी वाजायची वेळ झाली. गॅस जरा बारीक करते...''

स्वयंपाकघरात येऊन आधी मी पाण्याचा घोट घेतला. तिसरीत असताना मी काय बरं शिकत होते? हो ती एक कविता. 'शाळेत रोज जाताना मज विघ्ने येती नाना!' ('विघ्ने सारखा अवघड शब्द तिसरीच्या मुलांना येईल कसा, रांडिच्चा!' इति आमचे नाना) आणि तो सुप्रसिद्ध धडा. शेकडो वर्षे ज्याची गोडी तो अवीट राहील, असा–

बाळूनं सदरा रागारागानं कोपऱ्यात फेकून दिला. म्हणाला, बाबा, हा नको मला सदरा. मग तो रडत झोपी गेला! रात्री तो सदरा बाळूच्या स्वप्नात आला. 'बाळू, मी पूर्वी कापूस होतो. शेतात वाऱ्यावर डुलायचो. मग कुणीतरी कापूस झाडावरनं काढला. तो साफ केला. धडाड धडाड यंत्राचा आवाज– मला त्या यंत्रात घालण्यात आलं.' वगैरे. शेवट अर्थातच गोड. बाळू उठला. त्यानं कोपऱ्यातला तो सदरा उचलला आणि तो बाबांकडे गेला. 'बाबा, मी हा सदरा घालणार'. अशा रीतीनं बाळू व तो सदरा सुखानं, गुण्यागोविंदानं राहू लागले (त्यावेळी 'गुण्यागोविंदानं' शब्दसुद्धा भातात खडा यावा, तसा वाटला होता,). तर आता मनीषा वय वर्षे सात. इयत्ता थर्ड बी-ही रिलीजिअस रिफॉर्मरविषयी माहिती मिळवणार! धर्मसुधारक! बाप रे!

बाहेर जायची हिंमत होत नव्हती, पण जावंच लागलं

"आई, दुसरा प्रश्न विचारू?''

"हो, विचार ना!'' मी समाधानानं म्हटलं. समाधान एवढ्याचसाठी की, धर्मसुधारणा आता मागं पडल्या होत्या! मूर्तिपूजेचं स्तोम आता मनीषा माजवणार नव्हती!

"इथं लिहिलंय 'राममोहन रॉयनी सतीची चाल बंद केली!' सती म्हणजे काय?''

"सती म्हणजे नवऱ्यामागं स्वत:ला जाळून... म्हणजे मनीषा, त्याचं काय आहे. समज, एखादीचा नवरा देवाघरी गेला, म्हणजे त्याची पतिव्रता बायको..''

"पतिवर्ता? पतिवर्ता म्हणजे काय?"

"पतिवर्ता नव्हे! पतिव्रता! म्हणजे काय, तर नवऱ्यावर खूप खूप प्रेम करणारी..."

"मग तू आहेस पतिवर्ता- नव्हे पतिव्रता?"

प्रत्यक्ष नवऱ्यानं कधी माझ्या पातिव्रत्याबद्दल शंका घेतली नव्हती; पण ही चिमुरडी–

"मी ना? आहे की! तर पूर्वी बायका नवऱ्याच्या मागोमाग त्याच्या चितेवर स्वत: जाळून घ्यायच्या. राजा राममोहन रॉयनी ही वाईट पद्धत बंद करून टाकली."

"ही पद्धत वाईट का म्हणून? पतिवर्ता–आपलं पतिव्रता असणं वाईट?"

अशा आणीबाणीच्या वेळी बेल वाजली. मी धावत जाऊन दार उघडलं, हे आले होते. पतिव्रतेच्या साहाय्यार्थ दुसरं कोण धावून येणार?

"अहो, ही तुमची मुलगी घ्या ताब्यात..."

"का बरं?" हाशहुश करीत हे आरामखुर्चीत बसले.

हिचे यक्षप्रश्न ऐका तरी! उत्तरं द्या. काय असतील ती! तोपर्यंत मी तुमच्यासाठी चहा आणते..."

"पपा, 'सिव्हिल डिसओबिडियन्स मूव्हमेंट' म्हणजे काय?"

मी आत जाता जाता क्षणभर थांबले. बाप रे! मलासुद्धा ही भानगड नीटशी माहिती नव्हती! कुठंतरी अधूनमधून वाचनात यायचा हा शब्द; पण आळसात अर्थ पाहायचा राहून गेला! आता उद्या-परवा मनीषेलाच विचारला पाहिजे, त्या प्रचंड प्रकाराचा अर्थ! अर्थात आमच्या ह्यांना ठाऊक असला तर! ह्यांचा संबंध दगडधोंड्याशी– इंजिनिअरला असल्या मूव्हमेंटशी करायचंय काय?

"कुठं वाचलास तू हा शब्द, बेबी?"

"आमच्या पुस्तकात आहे! 'महात्मा गांधीजी!' पण पप्पा, उद्या आमच्या बाहुलीचं बारसं आहे. तुम्ही मी लिहून दिलेल्या वस्तू आणल्यात ना?" मी स्वयंपाकघरात जाऊन यांच्यासाठी चहा टाकला. अजून बाहुल्यांची लग्नं लावणारी अन् बारशी करणारी मनीषा. सिव्हिल डिसओबिडियन्स मूव्हमेंटचा अर्थ काय सांगणार? भल्या भल्यांना अजून तो कळत नाही.

लहानपणी मी बालवर्ग शिकविणाऱ्या बाईंना एक शब्द विचारला होता.

"बाई, आई म्हणजे कोण?"

आमच्या बाईंनी गोंधळून उत्तर दिलं होतं,

"आई म्हणजे मुलांना जन्म देते ती!"

आईच्या व्याख्येचा अर्थ कळायला 'अवध्य', 'सखाराम बाइंडर' यासारख्या

नाटकांप्रमाणे 'वयात' यावं लागलं!

भूगोल विषयातील एक दोन कोडी मला परवा परवापर्यंत सुटली नव्हती. कुठलीशी नदी दक्षिणेकडून उत्तरेकडे वाहते. असं आमच्या दबडघाव सरांनी सांगितलं होतं (आमचे दबडधाव सर भूगोल विषयाशी इतके समरस झाले होते की, स्वत: पृथ्वीच्या गोलासारखे गरगरीत दिसायचे!).

भिंतीवर लावलेल्या नकाशावर सरांनी नदीची ही दिशा आम्हाला समजावून दिली.

"ही नदी दक्षिणेकडून उत्तरेकडे, म्हणजे ही अशी वाहते" असं सरांनी सांगितले, म्हणून आम्ही विश्वास ठेवला– पण माझ्या मनातलं संशयपिशाच वेळी; अवेळी गुणगुणायचं कानात, नदी खालून वर कशी जाईल? ती काय कारंजं आहे?

परवा नकाशा जमिनीवर ठेवून त्यांनी उत्तरवाहिनी नदीची दिशा समजावून दिली, तेव्हा कुठं डोक्यात प्रकाश पडला. अर्थात हे डायमेन्शन्सबद्दल काही बोलले, ते कळलंच नाही, म्हणा!

भूगोलात 'केप ऑफ गुडहोप'चं एवढं स्तोम का माजवण्यात येतं, हेही मला कोडं होतं. ते ठिकाण बिचारं वळसा घालण्यासाठी प्रसिद्ध म्हणून काय परीक्षेत त्यावर एक आख्खी 'शॉर्ट नोट' विचारावी सरांनी? काही असो, आमच्या शंका-कुशंका तशा किरकोळ, पुन्हा त्या सहावी-सातवीत निर्माण झालेल्या, अभिजितनं पेन्सिलचं टोक मोडलं, म्हणून मनीषेनं सकाळीच भोकाड पसरलं होतं! तिला 'धर्मसुधारणा' आणि दांडीच्या सत्याग्रहाचा अर्थ समजावून देणं, पेन्सिलीला शार्पनरनं टोक काढण्याइतकं सोपं का आहे?

मी चहा घेऊन बाहेर आले. आपले हे काय उजेड पाडताहेत, हे पाहायची उत्सुकता होती; पण बाहेर येऊन पाहते, तर हे मोठ्यानं हसत असलेले!

"का हो, काय झालं?"

"तुझ्या लेकीचा पराक्रम ऐकलास काय?"

"कोणता पराक्रम?"

"टीचरनी तिला ओरलमध्ये विचारलं, गांधीजी कोणतं कापड वापरायचे?"

"मग मनीषेनं काय सांगितलं?"

"मनीषेनं रुबाबात उत्तर दिलं, टू बाय टू!"

मनीषेचे पप्पा पुन्हा खो खो करू लागले.

मनीषा फुरंगटून म्हणाली,

"मग? त्यात काय झालं? टू बाय टू कापड नसतं वाटतं? आईला विचारा, पप्पा!"

"असतं ग, पण गांधीजी खादी वापरत असत!"

"खादी? म्हणजे कसलं कापड?"

मनीषेनं अजून मंत्रिबिंत्री पाहिले नव्हते. तिच्यावर चांगले संस्कार व्हावेत, म्हणून आम्ही आजपर्यंत जाणूनबुजून तिला तसल्या गोष्टीपासून दूर ठेवलं होतं.

"घ्या! बेबीला खादी म्हणजे काय, हे माहीत नाही!" हे हसत म्हणाले.

"पप्पा, हसू नका बरं का! तुम्हांला डेमॉक्रसीचा अर्थ मुळीच कळत नाही आणि हसता कशाला?"

पप्पा हसता हसता थांबले. त्यांचं बिंग बाहेर आलं होतं.

"अग डेमॉक्रसी म्हणजे लोकशाही, सांगितलं ना?"

"पण लोकशाही म्हणजे काय, हे कुठं सांगितलंत?"

"अग लोकशाही म्हणजे लोकांनी, लोकांसाठी केलेलं, लोकांचं राज्य!" त्यांनी अब्राहम लिंकनची (की जॉर्ज वॉशिंग्टनची!) व्याख्या ठोकून दिली.

"लोकांचं राज्य?" मनीषेनं शेवटचे शब्द उच्चारले.

"लोक काय करतात? निवडणुका आल्या ना की, त्यांत मत देतात."

"कुणाला मत देतात?"

"निरनिराळ्या पक्षांतर्फे उमेदवार उभे राहतात. त्यापैकी एकाची निवड करायची असते. ज्या उमेदवाराला जास्तीत जास्त मतं पडतात, तो निवडून येतो. तो लोकांचा प्रतिनिधी. हे सर्व प्रतिनिधी एकत्र जमून मंत्री निवडतात. मग हे लोकांचे मंत्री लोकांच्या कल्याणासाठी चंदनासारखे झिजतात..."

मनीषा नखं कुरतडत होती.

मी विचारलं,

"मनीषे, आता कळलं ना तुला, डेमॉक्रसी म्हणजे लोकशाही कशाला म्हणतात ते?"

"नाही कळलं!" मनीषा गिरकी घेत शांतपणे उत्तरली.

"कमाल आहे बुवा हिची. इतकं जीव तोडून सोपं करून सांगितलं, तरी हिच्या डोक्यात काहीच शिरत नाही! अगदी आईच्या वळणावर..."

मी डोळे मोठे केले. तेव्हा जीभ चावून ते म्हणाले.

"आम्ही मनीषेएवढे होतो, तेव्हा सगळं तोंडपाठ!"

"काय तोंडपाठ होतं हो तुमचं?" मी विचारलं.

"काय म्हणजे सगळं काही! वारांची नावे, महिन्यांची नावं. इंग्रजी न् मराठी. दिवसांची नावं. शिवाय कविता... आनंदी आनंद गडे! जिकडे तिकडे चोहीकडे! नभात उरला, दिशात शिरला..."

"बरं बरं गाऊ नका... खिडकीपाशी गाढवं गोळा होतील. मनीषा माझ्या

वळणावर काय?'' मी वेळीच सूड घेतला.

"पप्पा, तुमची कविता पाठ असेल! पण पी आय टी ए एम ए एच ए म्हणजे काय, ते सांगा बघू!''

"पी आय टी ए एम ए एच ए म्हणजे ना? पितमहा!''

"पितमहा म्हणजे काय बाई! पिटमाह असेल.''

"अग आई, पितमहा म्हणजे दादाभाई नौरोजी!''

"पितमहा? हां हां, पितामह असेल!'' आमचे हे.

"पितमहाच! आमच्या टीचर पितमहाच म्हणाल्या.''

"कोण आहेत तुमच्या टीचर?''

"मिस अनीता फर्नांडिस! फ्रॉक घालतात आणि माझ्यासारखा बॉबकट करतात. लिपस्टिक लावतात. गालांवर रुज आणि नखांवर गुलाबी पेंट! काल साडी नेसून आल्या होत्या. इतक्या छान दिसल्या. आईलासुद्धा नेसता येत नाही तशी साडी. अगदी बावळटासारखी साडी नेसते!''

"कमरेच्या खाली वीतभर नेसली असेल!'' मी फणकाऱ्यानं म्हटलं, उगाच माझी बदनामी का म्हणून ऐकून घ्यावी?

"हो गं, आई! किती छान दिसते तशी साडी!''

"असं का? वा! एकदा यायला हवं तुझ्या टीचरला पाहायला.''

"अहो, मी इथं आहे म्हटलं उभी!'' मी चिडून म्हटलं.

"अग, मुलीच्या समाधानासाठी! तर बेबी.. त्या बाई 'पितमहा' म्हणणारच! त्यांना संस्कृत कसं माहीत असणार?''

"पी आय टी ए एम ए एच ए म्हणजे संस्कृत नाही काही! याला इंग्रजी स्पेलिंग म्हणतात! पप्पा, तुम्हाला डेमॉक्रसी माहीत नाही. इंग्रजी स्पेलिंगही कळत नाही.''

यांचा चेहरा मेट्रो गोल्डविन मेयरच्या सिंहासारखा दिसू लागला.

तेवढ्यात चिरंजीव अभिजित धावत आले.

"व्हेअर इज एअर? पप्पा, व्हेअर इज एअर? आई, व्हेअर इज एअर!''

"व्हेअर इज एअर?'' हे

"व्हेअर इज एअर?'' मी

"येत नाही ना तुम्हाला?'' मनीषा विजयी मुद्रेनं म्हणाली. "अभी, मी सांगते! एअर इज एव्हरीव्हेअर!''

"व्हेरी गुड! कॅन यू सी एअर?'' अभिजित.

"नो! वुई कॅनॉट सी एअर!'' मनीषा

"कॅन यू फील एअर?"

"येस. वुई कॅन फील एअर!"

"एस आय एस टी आर- सिस्टर, तुला टी ई एन- टेनपैकी टी ई एन- टेन मार्क!"

"आणि पप्पा- आईंना?" मनीषेनं छद्मीपणानं की, काही तरी म्हणतात, तसं विचारलं.

"पप्पा- आईंना झेड ई आर ओ म्हणजे झीरो मार्क!" अभिजितनं दोघांचा एका बॉलमध्ये त्रिफळा उडवला आणि तो 'व्हेअर इज एअर' घोकत चेंडूप्रमाणं उसळ्या मारीत बाहेर पळाला.

त्यांनी बेबीचं पुस्तक उघडून पाहिलं. चार-पाच मिनिटे त्यांची मुद्रा संत्रस्त दिसत होती. ऑफिसला घाईघाईनं जाताना शर्टाची बटणं तुटलेली दिसली किंवा बुटांना पॉलिश करायचं राहिलं की, जशी होते तशी!

मग पुस्तक मिटवून ते ओरडले,

"बाप रे! मेलोच!"

पुस्तकात एवढं काय स्फोटक आहे, हे कळेना.

"का हो? आणखी काय झालं?"

"अगं, ह्या पुस्तकात जमशेटजी टाटा ह्यांचं चरित्र आहे..."

'मग काय झालं?"

"पहिल्या परिच्छेदात त्यांनी ब्रिटिशाच्या राज्यातील भारतीय अर्थकारणावर झगझगीत प्रकाश टाकलाय!"

"म्हणजे एक्झॅक्टली काय केलंय?"

"ब्रिटिशांनी भारताला कसं लुटलं, भारतातील उद्योगधंद्यांची कशी पीछेहाट झाली, भारतातील कच्चा माल आयात करून ब्रिटिशांनी पक्का माल भारताकडे कसा निर्यात केला...."

"चांगली आहे की माहिती! मलासुद्धा ती भानगड एकदा डोळ्यांखालून घातली पाहिजे," मी बेसावधपणे म्हटलं.

"माझे आई, ही माहिती चांगली असली, तरी बेबीसाठी आहे. आम्हाला हे सर्व मॅट्रिक पास झाल्यावर समजलं..."

मग त्यांनी आणखी एक धडा चाळला.

"माय गॉड!"

"आता काय पुन्हा?"

स्वयंपाक राहिला होता. त्यांची केवलप्रयोगी अव्ययं ऐकत किती वेळ

बसायचं?

"तुला लोकमान्य टिळकांचं ते सुप्रसिद्ध भाषण ठाऊक आहे?"

"कोणतं, बाई?"

"कोर्टातलं! न्यायाधीशांनी शिक्षा ठोठावल्यावर टिळक म्हणाले, 'या कोर्टात जरी मी दोषी ठरलो असलो, तरी या कोर्टापेक्षाही एक भलंमोठं कोर्ट आहे की, जे माझ्या गुन्ह्याबद्दल शासन न करता...' धापा टाकीत ते थांबले. मग म्हणाले, "हे बेबीसाठी वाक्य बरं का! त्या बिचाऱ्या ब्रिटिश जज्जाला तरी टिळकांचं भाषण कळलं की नाही, हे तो वरच्या कोर्टातला देव जाणे!"

मी विचार करीत म्हटलं,

"मला तरी असं वाटतेय की, आपली मुलं आपल्यापेक्षा त्या ब्रिटिश जज्जापेक्षा अधिक विद्वान, अधिक शहाणी होणार! दहा वर्षं उलटायच्या आत ती पहा कशी तल्लख बुद्धीची होतात! आपल्याकडे ती 'इन्स्टंट कॉफी' असते ना! पाच सेकंदात कॉफी! तसं हे 'इन्स्टंट ज्ञान' आहे! पाच वर्षांत विद्वान!"

बेबी हातात पुस्तक घेऊन आत येत होती. मी गडबडीनं आत पळाले. हो पुन्हा ती खिंडीत पकडायची!

पोळ्या लाटत असताना हे हळूच आत आले.

"ए, तुला जमिनीचे विविध प्रकार माहीत आहेत का, गं? त्यातली कोणती जमीन सुपीक असते, हेही सांग हं..."

"मला नाही बाई माहीत! कुणाला हवीय ही माहिती?"

"बेबीची 'जी. के' ची परीक्षा आहे म्हणे, परवा..."

"जी. के. म्हणजे?"

"जनरल नॉलेज! बाप रे! आणखी बरेच प्रश्न तिने लिहून आणले आहेत. आईबाबांची अब्रू घेणारं हे शिक्षण! अवमूल्यन- आपल्या दोघांचं मुलांनी पार अवमूल्यन केलंय..."

ग्लासभर थंडगार पाणी पिऊन स्वारी बेबी-अभीच्या माऱ्याला तोंड देण्यासाठी जड पावलांनी बाहेर निघून गेली...

◆◆◆

४

❈

कथा यज्ञकर्माच्या

कुणाला सांगितलं, तर खरं वाटणार नाही (पुण्यातल्या लोकांचा तर मुळीच विश्वास बसणार नाही!), पण मी आजकाल जेवायची आमंत्रणं टाळत असतो. अन्न हे पूर्णब्रह्म आहे आणि त्याचा अव्हेर करणं चुकीचं आहे, याची मला जाणीव आहे. त्या पूर्णब्रह्माविषयी पूर्ण आदर बाळगून मी ही निमंत्रणे नम्रपणे नाकारत असतो.

वांद्र्याला मी पश्चिम बाजूला राहत होतो. तिथली जागा सोडून पूर्वेकडे यायची माझी तयारी चालली होती. दोन दिवसांनंतर सामान हलणार होतं. शेजारचे फडणीस कधी नव्हे ते माझ्याकडे आले.

''परवा तुम्ही शिफ्ट होताय असं कळलं.''

''हो, परवा ट्रक येणार आहे. सगळं लगेज एका ट्रीपमध्ये जाईल.''

''असं करा, सामान भरून झालं म्हणजे आमच्याकडे जेवायलाच या. वैनींना स्वयंपाक करणं शक्य होणार नाही त्या दिवशी.''

''छे उगाच कशाला? कुठंतरी व्यवस्था होईल आमची.''

''कुठंतरी म्हणजे?''

''आम्ही हॉटेलात जाणार आहोत.''

"छे! छे! ते नाही चालायचं! आमचं घर तुम्हाला परकं का आहे?"

मी मनापासून म्हणालो.

"फडणीस, तुम्हाला उगाच त्रास द्यायची आमची इच्छा नाही!"

"त्रासबिस काही नाही! पक्वान्न करणार नाही आम्ही. आम्ही दोघं. त्यात तुम्ही दोघं. तर ठरलं बरं का!"

एवढा आग्रह झाल्यानंतर आणखी आढेवेढे घेणं प्रशस्त वाटलं नाही. मी आमंत्रण स्वीकारलं.

तिसऱ्या दिवशी दुपारी तीनपासून सामान भरण्याचं काम चालू झालं. रात्री नऊपर्यंत काम चालू होतं. फडणीसांकडे जेवून रात्री जुन्या घरी झोपावं व दुसऱ्या दिवशी सकाळी नव्या फ्लॅटकडे राहायला यावं, असा आमचा बेत होता.

सामानाची चढ-उतार करून खूप दमलो होतो. गार पाण्याचा शॉवर घेतल्यानंतर भूकही लागली. मी व ही साडेनऊला फडणीसांकडे गेलो.

"काय झालं का सगळं सामान भरून?" फडणीस विचारू लागले.

"झालं एकदाचं! शिफ्टिंग म्हणजे कटकट असते नुसती!" मी म्हटलं.

"तर हो. आम्ही घाटकोपरहून इथं आलो, तर शेवटपर्यंत हिचं पॅकिंग सुरू होतं. फोटो लावायचे खिळेसुद्धा काढून घेतले हिनं."

"तरी बल्ब राहिलेच काढायचे तुमच्या गडबडीत!" सौ. फडणीस तक्रारीच्या सुरात.

"हो का? आणि बाईसाहेब, माळ्यावर पाटा-वरवंटा आणि एनिमा पॉट विसरला होता. त्याचं काय? मी माळ्यावर चढून त्या वस्तू काढून दिल्या. आठवतं आहे ना?"

"पण माझ्यापेक्षा तुम्हीच वेंधळे आणि विसरभोळे आहात..." बाईसाहेब मान वेळावून म्हणाल्या.

"हो का? आणि परवा झोपताना बेडरूममध्ये..."

"इश्श हे काय? बेडरूममधल्या गमती परक्या माणसांना का सांगायच्या असतात?" लाजून सौ. फडणीस म्हणाल्या.

तर मान वेळावणं, लाजणं, एकमेकांना चापट्या मारणं बराच वेळ चाललं होतं. मला तर जबरदस्त भूक लागली होती. सौ. आ वासून जांभया देत होती.

शेवटी अकरा वाजायला आले. फडणीस पती-पत्नींचा लुटुपुटीचा रुसवा अधिकाधिक उत्साहानं चालूच राहिला.

मी हळूच म्हटलं,

"आम्ही निघतो तर."

"निघता? कॉफी तरी घ्या ना..." फडणीस म्हणाले.

"नको... गार पाणी द्या ग्लासभर."

आम्ही थंडा फराळ करून घरी परतलो आणि उपाशीपोटी कसंबसं झोपी गेलो.

आजतागायत फडणीसांना आम्हाला आग्रहपूर्वक दिलेल्या निमंत्रणाची आठवण नाही. मला मात्र त्या रात्रीची याद आली की, भरल्यापोटी पोटात कावळा ओरडत असल्यासारखं वाटतं!

आमच्या एका पुणेरी मित्रानं आम्हा मुंबईकर मित्रांना एकदा जेवायला बोलावलं. आम्ही चौघे मित्र ठरल्याप्रमाणं रात्री आठला त्याच्या घरी पोहोचलो. आम्हाला पाहताच त्यानं आमचं तोंड भरून स्वागत केलं आणि तो वायूवेगानं अंत:पुराकडे धावला.

"चहा करू?"

"अगं, ते जेवायलाच आले आहेत आपल्याकडे!"

"जेवायला? असं एकाएकी?"

'मीच बोलावलं होतं, पण तुला सांगायला विसरलो! कर काही तरी."

"काही तरी कर म्हणजे काय? चार लोकांचा स्वयंपाक- भाजी कुठं आहे घरात?"

"पिठलं कर."

"बेसन दोघांपुरतंच आहे."

"पातळसं कर."

"तुम्हाला सांगायला काय होतंय? तांदूळ निवडण्यापासून सुरुवात."

हलक्या आवाजात चाललेला त्यांचा संवाद आम्ही श्वास रोखून ऐकत होतो. शेवटी आमच्यापैकी एकानं ओरडून म्हटलं,

"वसंतराव, जरा बाहेर या एक मिनिट."

वसंतराव बाहेर आल्यावर मी म्हटलं,

"एकूण तुमच्या हालचालींवरून असं वाटतंय की, तुम्ही आमच्या आगमनाची सूचना घरी द्यायला विसरलात."

"हो... पण तास–दीड तासात होईल स्वयंपाक! मी पार विसरून गेलो, हे कबूल करतो. तुम्हाला पाहिल्यावर आठवण झाली." त्यांच्या चेहऱ्यावर ओशाळवाणा भाव होता.

"ठीक आहे. त्यात विशेष काही नाही! असं होतं कधीकधी! आपण आता असं करू, बाहेर जाऊ जेवायला. चांगलं हॉटेल कुठं आहे इथं?"

"कॅंपात. चायनीज हॉटेल चांगलं आहे," वसंतराव उद्गारले.

"वहिनींना बरोबर घ्या."

"नको! तिचं जेवण तयार आहे आणि शिवाय तिला चायनीज जेवण आवडत नाही."

आम्ही रिक्षानं कँपमध्ये आलो. चायनीज हॉटेलमध्ये गेलो. वसंतराव आम्हाला आग्रह करून जेवायला सांगत होते. आपणही भरपूर खात होते.

वेटर जेवणाचं बिल बशीत घेऊन आला. तेव्हा वसंतराव स्वीट डिश खाण्यात इतके रंगून गेले होते की, बिलाकडे त्यांचं लक्ष गेलंच नाही! आमच्यापैकीच कुणी तरी ते दिलं आणि वसंतरावांनी आम्हाला (न) दिलेल्या जेवणाची सांगता झाली.

विसरणं हा माणसाचा स्वभावधर्म आहे. त्यामुळं कुणी आमंत्रण दिल्याचं विसरतो, कुणी ते बायकोच्या कानांवर घालायचं विसरतो; पण यजमान तसा नसला, त्यानं अगत्यानं जेवू घातलं, तरी कमी घोटाळे होत नाहीत.

माझ्या दोन मित्रांसह बाळासाहेब सरंजामे यांच्याकडे डिनरसाठी गेलो होतो. रीतीप्रमाणं थोडं ड्रिंक झाल्यावर आम्ही जेवणाच्या टेबलापाशी आलो. बाळासाहेब सपत्नीक आग्रह करीत होते.

"वा! हे चिकन मस्त झालंय बरं का!" मी म्हटलं.

"आणि ही पालकची भाजीसुद्धा! पंजाबी लोकांनाच असली भाजी जमते, असं वाटलं होतं; पण तुम्ही ती छान केलीय," माझा मित्र म्हणाला.

बाळासाहेब व त्यांच्या पत्नी यावर काहीच बोलल्या नाहीत.

"वालाचं बिरडं कसं झालंय?" थोड्या वेळानं बाळासाहेबांच्या पत्नी विचारू लागल्या.

"खरं सांगू का? चिकनची आणि पालक भाजीची चव वालाच्या बिरड्याला नाही!" माझा मित्र म्हणाला.

"ही फिशकरी जमलेली नाही," मी म्हटलं. ड्रिंक घेतल्यावर माणूस खरं बोलतो, हे खोटं नाही!

"फिशकरी चवदार झाली नाही?" यजमानीण दुखावलेल्या स्वरात विचारू लागली.

"तशी बरी आहे, ठीक आहे; पण चिकन आणि पालक भाजी एकदम मस्त! काय आहे, वैनी, एखादा पदार्थ बिघडतो. एखाद्या पदार्थाची भट्टी बरोबर जमते. तुम्ही तर दोन पदार्थ उत्कृष्ट केले आहेत," मी म्हटलं.

"पुन्हा आलं पाहिजे चिकन खायला," माझा मित्र उद्गारला.

थोड्या वेळानं यजमानीणबाई काही कामासाठी आत गेल्या, तेव्हा बाळासाहेब आम्हा साऱ्यांना कोपरापासून हात जोडून म्हणाले.

"मंडळी, आमची चांगलीच विकेट घेतलीत. चिकन आणि पालक भाजी 'शेरे पंजाब' हॉटेलमधून आणलीय. बिरडं, फिशकरी हिनं केलीय! तुम्ही लेको, नेमकी बाहेरच्या पदार्थांची स्तुती करताय. तिनं दिवसभर खपून तयार केलेल्या पदार्थांना नावं ठेवताय! तुम्ही मित्र निघून गेल्यावर ती मला नावं ठेवणार तुमच्यावरून!"

आम्ही मुकाट्यानं भराभरा जेवण संपवलं व यजमानीणबाई बाहेर यायच्या आत पळ काढला.

माझ्या एका प्राध्यापक मित्राकडे मी गप्पा मारत बसलो होतो. रात्री आठची वेळ होती. तेवढ्यात त्याच्याशेजारी राहणारा त्याचा फॅमिली डॉक्टर प्रवेश करता झाला.

"प्रोफेसरसाहेब, एक घोटाळा झालाय," डॉक्टर म्हणाले.

"बसा ना, डॉक्टर! आता सांगा. घोटाळा कसला? कुणी पासाचं नापास झालाय की, मार्कलिस्टमध्ये चुका झाल्यात?"

"ते नेहमीचेच घोटाळे आहेत हो! पण आजचा घोटाळा वेगळा, विचित्र आहे!"

"सांगा..."

डॉक्टर पाईप पेटवून म्हणाले,

"हिचा भाऊ अमेरिकेहून आलाय. त्याला, त्याच्या बायकोला आणि दोन मुलांना जेवायला बोलावलं होतं. ती येणार म्हणून मी आज संध्याकाळी डिस्पेन्सरी उघडली नाही."

"मग?"

"आताच त्याचा फोन आला ठाण्याहून. तो येऊ शकत नाही म्हणून! त्याच्या बायकोकडली नातेवाईक मंडळी जमली आहेत. त्याला तिथून बाहेर येणं शक्य नाही, असं तो फोनवर म्हणाला."

"मग मी काय करू? ठाण्याहून त्यांना घेऊन येऊ?"

डॉक्टर अडखळून म्हणाले,

'तुम्हाला राग येणार नसेल, तर एक विनंती आहे...''

"सांगा."

"तुम्ही आमच्याकडे जेवायला या!" माझ्याकडे वळून ते म्हणाले. "तुम्हीसुद्धा या! खरंच, मला खूप आनंद वाटेल! वुई विल हॅव अ नाईस कंपनी!"

"पण..."

मला मध्येच थांबवून माझा प्राध्यापक मित्र म्हणाला,

"पण बीण राहू दे! डॉक्टरांची अडचण ध्यानात घे! दोन-तीन माणसं सहा-सात जणांचं जेवण संपवणार कसं? अन्न फुकट जायचं! या दिवसात अन्न फुकट घालवणं गुन्हा आहे! मी करतो तुझ्या मिसेसना फोन."

एवढं झाल्यावर न जाणं उद्धटपणाचं दिसलं असतं.

मी व माझा मित्र डॉक्टरांच्या घरी जेवायला गेलो.

डॉक्टरांची पत्नी भाऊ आला नाही म्हणून विरस झाल्यासारखी वागत होती (आणि ते साहजिकच होतं). डॉक्टरांना मूलबाळ नव्हतं. त्यांचे वृद्ध वडील जाड भिंगांचा चष्मा घालून आमच्यासमोर जेवायला बसले.

डॉक्टर पत्नीनं आपलं सर्व पाककौशल्य पणाला लावून चिकन, मटण, बिर्याणी, तळलेले पापलेट असा जंगी बेत केला होता. स्वीट कॉर्नसूप होतं. उत्तम सॅलड होतं.

डॉक्टर पत्नी वाढत होत्या, पण निरुत्साहानं. आपले सारे श्रम पाण्यात गेले, असं त्यांना वाटत असावं! परदेशातून आलेल्या लाडक्या भावासाठी, त्याच्या कुटुंबीयांसाठी केलेले पदार्थ भलत्याच्या घशात पडताहेत, या विचारानं त्या अस्वस्थ झाल्या असाव्यात!

"दाने दानेपर लिखा है खानेवालेका नाम...' हे सांगून वातावरणातला ताण कमी करण्याचा मी विचार केला. पण बाईच्या रुष्ट चेहऱ्याकडे पाहून मी तो सोडून दिला.

राहवलं नाही, म्हणून मी म्हणालो,

"चिकन मस्त झालंय, बरं का!"

बाई काही बोलल्या नाहीत. (तुमच्यासाठी थोडंच केलं होतं?)

माझा मित्र उद्गारला,

"पॉपलेट चविष्ट आहेत. पांढऱ्या पाण्यातली दिसतात."

(गिळा गिळा! भावासाठी मुद्दाम दादरला जाऊन आणले होते; पण ते तुमच्या तोंडात पडले!)

स्वीट डिश खाताना मी नेहमीच्या सवयीनं बाईंना म्हटलं,

"खूप त्रास घेतला असेल तुम्ही एवढे पदार्थ करायचे म्हणजे..."

बाई गप्पच! (तुमच्यासाठी थोडाच घेतला होता त्रास?)

फ्रीजमध्ये ठेवलेलं मसाला पान चघळीत माझा मित्र तृप्तपणे उद्गारला,

"आजची संध्याकाळ छान गेली! भोजनसुख असावं आमच्या कुंडलीत!"

(पण माझ्या कुंडलीत राहू-केतू होते त्याचं काय? खूप झालं, टळा आता!)

आणि सर्वात त्रासदायक भाग असा की, सुरुवातीपासून शेवटपर्यंत तो जाड भिंगांचा चष्मा घालून आमच्यासमोर बसलेला म्हातारा मिशीतल्या मिशीत खुदुखुदू हसत होता!

त्याचवेळी ठरवलं, 'पर्यायी व्यवस्था' म्हणून आपल्याला कुणी जेवायला बोलावलं, तर इत:पर कुठं जायचं नाही! मोकळेपणानं जेवता येत नसेल, स्वयंपाकाला दाद देता येत नसेल, तर जेवायला जायचं कशाला? जेवण म्हणजे नुसतं उदरभरण थोडंच आहे?

मुंबईत लग्नाच्या पंगती एकामागोमाग एक उठत असतात. आपण निर्लज्जपणा करून जेवणाऱ्याच्या मागं उभं राहिल्याशिवाय, जेवणारा उठल्यावर चपळाईनं खुर्ची पकडल्याशिवाय आपल्याला जेवण मिळत नाही.

म्हणून तर 'आपल्या घरची मीठ-भाकरी बरी. नको दुसऱ्याकडचं चिकन न फिशकरी,' हा संदेश मी आजकाल घोकत असतो.

◆◆◆

५

सेंटर हाफ आणि सेंटर फॉरवर्ड

लंडनच्या हीथ्रो विमानतळावर मी उतरलो आणि पासपोर्ट-व्हिसाची कसून तपासणी झाल्यावर 'ग्रीन गेट' मधून बाहेर आलो. एस्कलेटरवर उभा राहून वर आलो, तर अरुंधती समोर उभी!

"हॅलो काका, प्रवास कसा झाला?" अरुंधतीनं पुढं येऊन माझे हात हातात घेतले, "बाबा-आई ठीक ना? बाबांचं क्लिनिक कसं चाललंय? आईची प्रकृती बरी आहे ना?"

मी हसून म्हटलं,

"अग, हो, अरू... एकेक प्रश्न विचार... एकदम सरबत्ती नको! आणि हे काय? तू एकटीच? तुझा नवरा कुठं आहे?"

अरुंधती काही बोलली नाही. पुढं होऊन तिनं माझ्या हातातली बॅग आपल्या हातात घेतली. लगेज ताब्यात घेऊन आम्ही तिच्या मोटारीकडे वळलो.

अरुंधती ही माझे मित्र दामले यांची मुलगी. लग्न झाल्यावर वर्ष-दोन वर्षांनी लंडनला आली होती. नवरा किशोर अरोरा मोटार कंपनीत कामाला होता. अजून राजा-राणीचा संसार.

अरुंधती मोटार चालवीत होती. हसत-खिदळत माझ्याशी गप्पा मारीत होती.

"काका, आता चांगले महिनाभर रहा माझ्याकडे."

'महिनाभर? शहाणी आहेस! मला ब्रुसेल्सला जायचंय कॉन्फरन्सला. मग जिनेव्हाला मावस भावाकडे. पण काय गं, किशोर का नाही आला? लंडन शहरातून ड्राईव्ह करायची सवय आहे ना तुला?"

"आधी नव्हती, पण आता झाली."

"पण किशोर?"

"तो ना, गेलाय कुठं तरी हॉकीची मॅच खेळायला! आज रविवार ना? दहा-वीस सरदारजी गोळा करतो आणि हॉकी खेळत बसतो!" अरुंधती जरा घुश्श्यातच उद्गारली.

"हा टॉवर ऑफ लंडन बरं का काका आणि तो पूल-मोठी बोट आली की, पूल वर काढतात! पूल दुभंगतो, बोटीला जागा होते..." तिनं विषय बदलला.

इलफर्डला आम्ही दीड-दोन तासांनी पोचलो. किशोर घरी होता. हॉकी खेळण्याचे कपडे तसेच अंगावर ठेवून, पाय पसरून टी.व्ही. पाहत होता.

"ओ अंकल... वेलकम... तुम्ही वेळेवर आलात!" किशोरनं दिलखुलास हसत माझं स्वागत केलं.

"वेळेवर म्हणजे काय किशोर?" अरुंधतीनं खांदे उडवीत विचारलं,

"अंकल, आज ससेक्स विरुद्ध एसेक्स फूटबॉल मॅच आहे टी.व्ही.वर. इट्स अ ग्रेट इव्हेंट! मायकेल सेंटर फॉरवर्डला खेळतोय! इट्स फँटॅस्टिक!"

फूटबॉल क्रिकेटपेक्षा फास्ट गेम आहे. क्रिकेट मॅच पाच दिवस चालते. फूटबॉल मॅच दीडएक तासात संपते. एवढंच माझं फूटबॉलविषयीचं ज्ञान. सेंटर फॉरवर्डची निश्चित जागा शपथेवर काही मला सांगता आली नसती.

"किशोर, विल यू स्विच ऑफ दॅट डॅम टी.व्ही.? काकांच्याबरोबर जेवणार की नाही तू?" अरुंधती दटावणीच्या स्वरात म्हणाली.

"प्लीज अरु... तुम्ही दोघं जेवून घ्या. आय ॲम नॉट हंग्री! लेट मी सी द गेम!" किशोर काकुळतीनं म्हणाला, "अंकल, थोडी व्होडका घ्या! खास मास्कोहून आणलीय. माझा दोस्त ऑलिम्पिकला गेला होता, त्यानं आणलीय!"

मी आणि अरुंधती दोघं जेवायला बसलो. अरुंधतीनं डिशमध्ये जेवण घालून ते बाहेर किशोरच्या हवाली केली. अरुंधती धुसफुसत होती. वरून तसं न दाखवण्याचा आटोकाट यत्न करीत होती.

"रोज हा प्रकार चालतो, काका..."

"कसला प्रकार?"

"मी एकटीच जेवते इथं. किशोर मांडीवर डिश ठेवून त्या इडियट बॉक्ससमोर

बसतो तासन्तास! फूटबॉल, हॉकी, क्रिकेट, बॉक्सिंग- काहीही चालतं त्याला! त्यात पुन्हा फूटबॉल, हॉकी म्हणजे फारच चेकाळतो! ओरडतो काय- उड्या मारतो काय! पाहालच तुम्ही!''

मी हसलो. अरुंधतीनं केलेल्या पंजाबी पदार्थांचा समाचार घेत म्हणालो,

''बाईसाहेब, हॉकीमुळं तुझं किशोर अरोराशी जमलं, आठवतंय ना? तू विल्सन कॉलेजमध्ये हॉकी टीमची कॅप्टन आणि तो हॉकी कोच! त्यामुळं तुम्ही जवळ आलात. आता हॉकीला का दोष देतेस?''

''अहो पण काका, मला किशोरशी संसार करायचा होता. हॉकी-फूटबॉलशी नाही! सेंटर फॉरवर्डला राहून हा पेनल्टी किक्स मारणार एकसारखे. किक्स किशोरचे, पेनल्टी मला! वैताग नुसता.''

जेवण संपवून आम्ही बाहेर आलो.

टी.व्ही. वर आता हॉकी मॅच चालली होती.

''अरू, तू गोलीला ओळखलंस का नाही? अग, तो रघुवीरसिंग. आपल्या घरी नव्हता का आला मागल्या आठवड्यात?''

''तुझे ते सगळे सरदारजी एकसारखे दिसतात!'' अरुंधतीनं छद्‌मी आवाजात जाहीर केलं; पण छद्‌मी वगैरे समजण्याच्या मूडमध्ये किशोर नव्हताच!

''ओ, कमॉन जोन्स! सेंटर हाफ खेळतो, पण डिफेन्स जमतोय कुठं? अंकल, डिनर मस्त होतं ना? आमची अरू उत्तम कुक आहे. माय गॉड! गोल मारायचा केवढा चान्स होता!''

''किशोर, मशरूम आवडले तुला?'' किशोरच्या मांडीवरची रिकामी डिश हातात घेऊन अरुंधती शांतपणे विचारू लागली.

''मशरूम्स? अरेच्या, मशरुम्स होते होय ते? फँटॅस्टिक! टू गोल्स! बकअप, सतपालसिंग- कीप इट अप.''

अरुंधतीनं माझ्याकडे दृष्टिक्षेप टाकला आणि डिश ठेवून ती पुन्हा बाहेर आली.

''अंकल, उद्या काय कार्यक्रम तुमचा?'' किशोरनं विचारलं.

''तुम्ही लोक ठरवाल तो!'' मी म्हटलं.

''अरू, उद्या तू त्यांना तुझ्या बँकेत घेऊन जा. अंकल, अरूची बँक पाहण्यासारखी आहे, बरं का?''

''किशोर, आर यू ऑल राईट?''

''का? काय झालं?''

''मी बँक सोडून सहा महिने झाले हे तुला अजून ठाऊक नाही?''

''ओ! आय सी! लक्षातच नाही माझ्या. आता कुठं काम करतेस?''

"तेही लक्षात नाही तुझ्या किशोर? मी कोर्टिना विकून सेकंडहँड टोयोटा घेतली. हे तरी माहीत आहे ना तुला?"

"ए, उगाच बनवू नकोस मला! कोर्टिना खपली कुठं तुझी? दहा लोक पाहून गेले, पण एकानं तरी घेतली का?"

"कोर्टिना विकून महिना झाला, महाशय!"

"तरी म्हटलं, आपल्या अपार्टमेंटसमोर टोयोटा कोण पार्क करतं या दिवसांत?"

अरुंधती मला म्हणाली,

"काका, इंग्लंडमध्ये महिनाभर टी.व्ही बंद पडल्याशिवाय किशोरसारखे नवरे ताळ्यावर येणार नाहीत. माय डिअर हजबंड, उद्या काकांना घेऊन ट्रॅफल्गार स्क्वेअरकडे जायचंय! मी रजा काढली आहे. तूही दांडी मार!"

"शुअर, आपण उद्या भटकायचं! माझ्या फोर्डमधनं. नाहीतर तुझ्या कोर्टिनामधनं."

"टोयोटा."

"ओ. के. टोयोटामधनं! कमॉन, रघुवीरसिंग, इक्वलायझर होऊ द्यायचं नाही. गुड, व्हेरी गुड, इट्स फँटॅस्टिक!"

किशोरला टी.व्ही.पाशी सोडून मी झोपायला गेलो.

सकाळी ब्रेकफास्टच्या वेळी अरुंधती चहाची किटली आणायला किचनमध्ये गेली. तेव्हा किशोर पुढं वाकून मला हळूच म्हणाला,

"अंकल, मला तुम्ही आज माफ केलं पाहिजे!"

"माफ? ते कशाबद्दल?"

"तुम्हाला तो जॉन लीव्हर ठाऊक आहे ना?"

"जॉन लीव्हर?"

"फास्ट बोलर हो! मागं इंडियाला गेला होता. भिवयांना व्हॅसलिन चोपडतो, म्हणून बेदीनं त्याच्याविरुद्ध तक्रार केली होती पहा..."

"बरं बरं... त्याचं काय झालं?"

"तो आमच्या काउंटीतर्फे खेळतो. आज यॉर्कशायरविरुद्ध आमच्या काऊंटीची मॅच आहे आणि जॉन लीव्हरनं सकाळी मला फोन करून सांगितलंय, यायलाच पाहिजे म्हणून!"

"तुम्ही क्रिकेट खेळता?"

"नो नो! मी हॉकी टीमचा कॅप्टन. तो क्रिकेट टीमचा! एकमेकांना बक अप करायची पद्धत आहे आमच्याकडे!"

"मग? मी यावं, अशी तुमची इच्छा आहे?"

“तसं नाही! तुम्ही आज अरूबरोबर भटकायला जा. आपण पुढल्या शनिवारी जाऊ.”

“उद्या-परवा नाही जमणार?”

“नाही! नॉक औट टूर्नमिंट्स आहेत! सबंध आठवडाभर चालणार! तुम्ही अरूची समजूत घाला, नाहीतर ती माझ्यावर रागवायची!”

अखेरीस लंडन पाहायला मी व अरुंधती दोघंच निघालो.

अरुंधती मला अल्बर्ट हॉल, चर्चिलचा पुतळा, टेन डाऊनिंग स्ट्रीट, दाखवत होती आणि मधूनमधून किशोरसंबंधी बोलत होती.

“काका, तुम्ही आमचं बेडरूम पाहिलं नाही. मध्ये बेड- आजूबाजूला हॉकीस्टिक्स, नेट्सचे ढीग, क्रिकेटचे पॅड्स, स्टंप्स, तऱ्हेतऱ्हेचे शूज अगदी गोडाऊन करून टाकलंय त्यानं बेडरूमचं! जुने बॉल्स, जुन्या स्टंप्स बाहेर फेकायच्या की नाही? काय म्हणे अमुक टीमविरुद्ध मॅच जिंकली, त्याची आठवण म्हणून बॉल खेळताना मोडलेल्या जुन्या हॉकीस्टिक्स सुव्हेनुर्स म्हणून ठेवून देतो. इतकं सुरेख घर त्यानं अगदी स्टोअररूम करून टाकलंय!”

मी विषय बदलण्याचा प्रयत्न करीत होतो, पण तिचं चालूच.

“संसारासंबंधी चार गोष्टी बोलायला त्याला सवड नाही. मी एकटी बोअर होते घरी. कारण किशोर घरी असला, तरी नसल्यासारखाच! तो, त्याचा टी.व्ही., त्याचे मित्र आणि त्याचे स्पोर्ट्स!”

“मला वाटतं, अरू, मूलबाळ झालं म्हणजे तुलाही एक खेळणं मिळेल घरी!”

“हुं, मूल नाही ते बरं आहे! मुलाला सांभाळायचं काम मला एकटीला करावं लागेल. किशोर मुलाकडे ढुंकून नाही पाहायचा!”

सबंध आठवडा किशोर आमच्या वाट्याला आला नाही. इतकंच नव्हे, तर रविवारी सकाळी ‘मी तासाभरात आलोच’ म्हणून हॉकीचा जामानिमा घालून जो निघून गेला, तो दमूनभागून रात्री आठला उगवला! दिवसभर तीनचार मॅचेस खेळला, म्हणे! तो आपले पराक्रम रंगवून सांगत होता. मी ‘अरे व्वा!छान!’ अशी दाद देत होतो आणि अरुंधती गाल पुऱ्यांसारखे फुगवून आतबाहेर करत होती. तिचा पारा भलताच चढला होता; पण खिलाडूवृत्ती किशोरच्या नसानसात भिनलेली. तो तिचा राग हसण्यावारी नेत होता. ‘कमॉन, अरू, बी अ स्पोर्ट’, असा तिलाच उलटा दम भरत होता.

ब्रुसेल्सची कॉन्फरन्स आटोपून मी पुन्हा इंग्लंडला आलो आणि बेडफोर्डला माझ्या मेहुणीकडे राहायला गेलो. तिथून किशोरला फोन केला. फोनवर किशोर होता.

“अरुंधती कुठं आहे?” मी विचारलं.

“अंकल, ती माझ्यावर रागावून माझ्या थोरल्या बहिणीकडे राहायला गेलीय.”

“ती कुठं राहते?”

“इथंच दहा किलोमीटरवर.”

“मग, तू गेला नाहीस तिची समजूत घालायला?”

“समजूत? अहो, फोन केला तर बोलायला तयार नाही!”

मी किशोरकडून अरुंधतीचा फोन नंबर घेतला.

“काय गं, काय प्रकार आहे?”

“प्रकार काही नाही! काका, मी तुमच्याबरोबर मुंबईला येणार आहे!”

“का?”

“कंटाळा आला इथं! तुम्ही कधी नाही ते आलात, पण त्याचं किशोरला काही आहे काय?”

“असू दे गं! तू होतीस ना माझ्याबरोबर फिरायला! मी चार दिवसांचा पाहुणा. उगाच कशाला डोक्यात राख घालत्येस? मुंबईला गेल्यानंतर तुझ्या पपानं मला विचारलं, आमची बबडी काय म्हणत्येय? तर सांगू का त्यांना, नवऱ्याबरोबर भांडून वेगळी राहते म्हणून?” फोनवर हुंदके, सुस्कारे व उसासे.

“अरुंधती, मी इथून निघायच्यापूर्वी समेट झाला पाहिजे. नाही तर मुक्काम वाढवायला लागेल मला!”

“किशोरशी बोला. बॉल इज इन हिज कोर्ट!”

“हो ना! नुसता बॉल नव्हे, फूटबॉल!” मी हसत फोन बंद केला.

ठरलं ते असं की, शनिवारी संध्याकाळी किशोरनं अरुंधतीकडे जायचं. तिची माफी मागायची. तिला घरी घेऊन यायचं. रविवारी दुपारी मी लंचला त्यांच्याकडे जायचं. संध्याकाळी आम्ही तिघांनी ‘माऊस ट्रॅप’ नाटक पाहायचं आणि सोमवारी मी व्हाया जिनेव्हा मुंबईकडे कूच करायचं!

रविवारी सकाळी बेडफोर्डहून निघण्यापूर्वी मी अरुंधतीला फोन केला. फोनवर किशोर होता.

“हॅलो किशोर, गुड मॉर्निंग, अरुंधतीकडे फोन दे बघू जरा!”

“पण अंकल, ती इथं नाही.”

“म्हणजे? तिनं काल संध्याकाळी तुझ्याबरोबर यायचं मान्य केलं होतं!”

“त्याचं काय झालं अंकल, तिला आणायला मी जाऊ शकलो नाही...”

“म्हणजे?”

“अंकल, काल संध्याकाळी टी.व्ही. वर ईस्ट हॅम व्हर्सेस वेस्ट हॅम फायनल मॅच होती. सेंटर फॉरवर्डला गुरुबचनसिंग. आय टेल यू अंकल, ही वॉज फँटॅस्टिक!”

◆◆◆

६

❊

एका पुढाऱ्याची रोजनिशी

डोकं मनस्वी ठणकत होतं. काल रात्री एक वाजेपर्यंत 'रिट्झ' हॉटेलमध्ये बसलो होतो. त्याचा 'हँगओव्हर' होता. रात्री बराच वेळ झोपही लागली नाही! आता ही इलेक्शनची धामधूम संपेपर्यंत रोज असंच चालणार! पिणं अन् जागरण!

फोनची घंटा वाजली. आयला, सकाळी उठल्या उठल्या कुणाची कटकट

"कोण, पतंगरावजी काय?"

"रावजी नव्हे, नुसता रावच!" आपला ज्याला त्याला 'जी' जोडायची वाईट सवय लागलीय आजकाल लोकांना!

"मी खंडकर बोलतोय- 'लत्ताप्रहार' दैनिकाचा वार्ताहर!"

"लत्ताप्रहार? ही काय भानगड?" आम्ही विचारलं.

"नवं दैनिक! 'प्रहार' ला रजिस्ट्रेशन मिळालं नाही. म्हणून मागं 'लत्ता' लावावं लागलं!"

"कुठल्या पक्षाचं आहे? काँग्रेस आय की, काँग्रेस यू की, मसका काँग्रेस की, काँग्रेस ओ की, समांतर काँग्रेस की,"

"अजून आमचं ठरलं नाही! कुठल्या तरी पक्षाचं राहणार."

''आयला! एकाला पाठिंबा, बाकीच्यांना लत्ताप्रहार! कल कुठाय तुमचा? डावा की, उजवा की, मधल्याचा डावा की, उजव्याचा मधला की,''

''पतंगरावजी, आम्ही दुकान मांडून बसलोय. जे गिऱ्हाईक जास्ती पैसा देणार, त्याची सेवा! गिऱ्हाइकाचा संतोष, हाच आमचा आनंद!''

''छान! उत्तम! निवडणुकीच्या वेळी हीच पॉलिसी पायजेलाय! आमच्याकडं काय काम होतं?''

''तुम्ही आता कुठल्या पक्षात आहात?''

''कुठल्याच नाही!''

''कुठल्या पक्षात जाणार?''

''ते अजून ठरलं नाही! आज रात्रीपर्यंत आम्ही आमचा निर्णय जाहीर करू! रात्री फोन करा!''

फोन खाली ठेवला.

नास्ता समोर तयार होता. आम्लेटचा लचका तोडला. साखर नसलेला चहा पिताना कसंसंच वाटलं! आयला, अजून सवय नाही होत! डायबेटिस म्हणून डॉक्टरांनी साखर खायला मना केली. सहा महिने झाले. पण या कडवट-तुरट चहानं तोंड वाईट होतं अजून! साखर कारखान्याचा चेअरमन आणि साखर खायची नाही! म्हणजे जनानखाना असून स्त्रीसंबंधावर बंदी घालण्यासारखंच की! इथं रक्तातली साखर मोजायची आणि कारखान्यात गेल्यावर तिथं साखरेची पोती मोजायची! वैताग नुसता!

आबा आला आणि म्हणाला,

''भाईर पारनेरकरसाहेब वाट बघत्यात!''

'आत घेऊन ये त्यांना.'

पारनेरकर आत आले.

''काय, समाजवादी... जनता पक्ष सोडला म्हणे तुम्ही! काय कारण घडलं?'' आम्ही विचारलं.

हा पारनेरकर म्हणजे नग आहे! समाजवादी म्हणवतो आणि श्रीमंत उद्योगपतींना गाठून स्कॉच पितो!

आमचा प्रश्न ऐकून पारनेरकरांनी कपाळावर आठ्या चढवल्या.

''जनता पक्षात राहून गुदमरत होती...''

''ते का?''

''ते जनसंघीय हो! शिस्तबद्ध पद्धतीनं जनता पक्षाचे सदस्य वाढवत होते!

एवढी फाटाफूट झाली, पण हे सगळे एकमेकांना घट्ट धरून! वरनं खुर्च्यांचा मोह नाही! असल्या लोकांबरोबर आमचं कसं जमणार?''

"अडीच वर्ष नाही जमलं?''

"झक मारली! उशिरा डोळे उघडले!''

"आता काय बेत?''

"काहीच कळत नाही! गोंधळ झालाय. आज लोहिया असते, तर...''

"संध्याकाळी बाई येताहेत दौऱ्यावर. त्यांना का नाही सामील होत?''

"बाईंच्या पक्षात? अर्थात जनसंघापेक्षा बाई बऱ्या, म्हणा! तुमचं काय ठरतंय?

"बाई पाच वाजता येणार, तोपर्यंत ठरवू!''

पारनेरकर निघून गेल्यावर आंघोळीची तयारी केली. आबाला हाळी दिली.

"आबा, ही कुठं गेलीय?''

"मालकीणबाई मंडईत गेल्याती!''

"गिरजा कुठाय?''

गिरजा आमच्या हिची दूरची बहीण. नवऱ्यानं टाकल्यापास्नं आमच्याकडे राहते.

बाथरूममध्ये गेलो. माझ्या पाठोपाठ गिरजा आली. पाठ चोळताना तिच्या अंगावर पाणी उडवलं. चिंब भिजली. अंग पुसून झाल्यावर तिला जवळ घेऊन ओढून तिच्या ओठांचा मुका घेतला

"हे काय? तुम्हांला डायबेटिस आहे ना?'' ती मान वेळावून म्हणाली.

"ही साखर चालते मला!'' आम्ही हसत म्हणालो.

रात्रीचा शीण पार नाहीसा झाला. मळ्यानं फिरून आल्यासारखं ताजंतवानं वाटलं. आमच्यासारख्या बिझी माणसांना गिरजासारखा विरंगुळा पाहिजेच की!

बाहेर माणसं तिष्ठत होती. आबानं 'काँग्रेस आय' ऑफिसमधून फोन आला होता, असं सांगितलं. माणसांना खोळंबून ठेवलं की, तेवढंच आपलं वजन वाढतं! मग काँग्रेस आयला फोन लावला.

"काय पतंगराव, काय बेत?'' गुलाबराव विचारत होते.

"बेत अजून व्हायचाय...''

"बाईंची संध्याकाळी सभा आहे. ट्रकनं माणसं येणारायत. लाख-दोन लाखांच्या साक्षीनं या बाईंच्या पक्षात...''

"तिकीट मिळेल का पार्लमेंटाचं?'' आम्ही धोरणीपणानं सवाल टाकला.

"पक्षात आलात, तर विचार करू.''

"आणि उद्या बाईंची खप्पा मर्जी झाली तर?''

"पक्षाचा राजीनामा द्यायचा, आपल्या देशात रग्गड पक्ष आहेत. हा नाही,

तर तो पक्ष! अहो, पतंगराव आतापर्यंत माझे अकरा पक्ष झाले! टोपी फिरवून फिरवून कंटाळा आला. मग टोपीच घालायची सोडून दिली!''

''हां... ही युक्ती चांगली आहे.'' आम्ही म्हटलं, ''संध्याकाळपर्यंत विचार करू. काही ठरलं, तर फोन करतो...''

आबा मोहितेबाईंना घेऊन आला.

''काय बाईसाहेब? तुमचा पक्ष किती जागा जिंकणार?'' आम्ही विचारलं.

''तीनशे निश्चित!''

''तीनशे? भलतंच! अमृतसर ते पाटणा तुम्ही मुलूखगिरी करणार- बाहेर तुम्हाला विचारतो कोण? महाराष्ट्रात एक जागा मिळणं मुष्कील!''

''तुम्ही पक्षात आलात, तर महाराष्ट्रात आमची बाजू स्ट्राँग होईल,'' मोहितेबाई पदर डोक्यावर नीट घेत बोलल्या.

''येऊ, पण तुमचा पक्ष आमच्यासाठी काय करणार?''

''आमचा पक्ष सत्तेवर आला, तर साखरेचे भाव वाढवून देऊ. पुष्कळ पैसा मिळेल तुम्हाला!''

''आयला! अगदी रोखठोक सौदा म्हणा की तुमचा!'' आम्ही हसून म्हणालो.

मोहितेबाईंनी पुन्हा पदर सावरला.

''पतंगराव, आमचा पक्ष किसानांचा आहे. ग्रामीण लोकांचा आहे! ऊसवाल्यांना, साखरवाल्यांना लाभ झाला, तर आमचं भलं होईल!''

''तुम्ही म्हणता, त्यात पॉईंट आहे. पार्टीच्या अध्यक्षाकडून आम्हाला तसं आश्वासन मिळालं, तर विचार करू!''

''आज संध्याकाळी दिल्लीला फोन लावणार आहे मी- तेव्हा तुमचा विषय काढीन!''

''ठीक, ठीक! तुमचे ते रणभिसे कुठल्या पक्षात आहेत सध्या?''

''रणभिसे? मागल्या महिन्यात जनता पक्षात होते. मग जनता एस्‌मध्ये आले. मग द्विधा की काय म्हणतात, तसं झालं, म्हणून पुन्हा जनतात गेले! आज नक्की कुठं आहेत, ते ठाऊक नाही!''

''त्यांचं त्यांना ठाऊक असलं म्हणजे झालं! हॅ हॅ हॅ!'' आम्ही जोरजोरानं हसलो. ''काय चहा घेणार की बिअर?''

''बिअर? मी नाही घेत...''

''हां, मोहितेबाई... आमच्यासंगट घेत नसाल... दिल्लीचे पाहुणे आले... की त्यांच्या मांडीला मांडी... आपलं त्येंच्या कंपनीत बसून काय काय ढोसता, ते

ठाऊक आहे आम्हाला!''

मोहितेबाई पदर सावरीत हसल्या.

"आता नको काही... चार ठिकाणी जायचं आहे... तुम्ही आमच्या पक्षात आलात, तर मीच ॲरेंज करते पार्टी!''

मोहितेबाई गेल्यावर आबा चार गोऱ्या-गोमट्या, सिनेमातल्या हीरोसारखे चेहरे असणाऱ्या लोकांना घेऊन आला.

"आपण कोण?'' आम्ही विचारलं.

"हम सिनेमावाले- ये हीरोका काम करनेवाले- ये व्हिलन, फायटिंग अच्छा करते है! ये हीरो के पिताजी का रोल करते है...''

"मग हमको क्या सिनेमा में ॲक्टिंग करनेकू बुला रहे है तुम लोग? हम हिरॉईनका बाप बनेंगे... 'पिताजी' चिल्लाके हिरॉईन गलेमें पडती है- उसमें गंमत है!'' आम्ही आमचं राष्ट्रभाषेचं ज्ञान पाखडलं.

"आम्ही एक नवा पक्ष काढलाय सिनेमावाल्यांचा पक्ष!'' मराठी जाणणारा नट म्हणाला.

"मग! आम्ही काय करू?''

"आम्ही देशभर पाचशे उमेदवार उभे करणार आहोत!''

"पाचशे नटनट्या पार्लमेंटात जाणार? मग सिनेमात कामं कोण करणार? आम्ही? की त्या मोहितेबाई?'' आम्ही काश्मीरला बर्फाच्या ढिगावरून पडतोय आणि मोहितेबाई डोईवरचा पदर सावरीत 'ओ मोरे सावरियाँ' किंचाळत धावताहेत, असा सीन डोळ्यांसमोर येऊन आम्ही सातमजली हसलो!

"पाचशे जागांपैकी पन्नास-साठ नटनट्यांसाठी- बाकी आपल्यासारख्या धनिक, रसिक, विद्वान, प्रतिष्ठित अशा मंडळींसाठी!''

आम्हाला आनंद झाला. सिनेमातले नट तरी आमची योग्यता जाणतात, हे पाहून आनंद झाला.

"तुमच्या पार्टीचा प्रोग्रॅम?''

"प्रोग्रॅम तोच! गरिबी हटवायची, बेकारी नाहीशी करायची, किमती खाली आणायच्या, पाच वर्षांत देशात रामराज्य आणायचं! 'रामराज्य' सिनेमात रामाचं काम करणाऱ्या नटाला आम्ही उभे करू! आमची पार्टी सत्तेवर आली की, त्यालाच पंतप्रधान करू!''

"आपला प्रोग्रॅम मस्त आहे! आम्ही निवडून आलो, तर आम्हाला मंत्री कराल की नाही?''

"जरूर! त्यात शंकाच नाही! पंतप्रधान सोडला, तर बाकीची मंत्रिपदं मोकळीच आहेत! मंत्रिपदांसाठी भांडणं होऊ नये, म्हणून आम्ही चिठ्ठ्या टाकणार आहोत आणि बालकलाकार मास्टर विक्रम यांच्या हस्ते त्या काढणार आहोत! तुमचाही नंबर लागायला हरकत नाही!"

"आमच्या प्रचारासाठी हेमामालिनी येणार असेल, तर आम्ही विचार करू!" आम्हीही काही कच्च्या गुरूचे चेले नाही, म्हणावं!

"बघू, म्हणजे तसा प्रयत्न चालू आहे!" तो गडबडला.

"डायरेक्ट हेमामालिनीनं फोन करून तसं सांगितलं, तर आम्ही तुमची पार्टी जॉईन करू! बराय... नमस्ते..."

सिनेमावाले गेल्यावर आम्ही पत्रव्यवहार पाहिला. जुजबी पत्रं होती. मंत्र्याच्या पोरीच्या लग्नाचं आमंत्रण होतं. आपल्याला चांगली संधी मिळाली! गेले चार महिने पेट्रोल पंपाच्या जागेबद्दल घोळ चाललाय... हा मंत्री ढीम दाद देत नाही! हजाराच्या चार-पाच नोटा आहेर म्हणून दिल्या, तर काम होईल का बघू! तेवढे पुरतील का? तेवढ्यानं भूक भागेल का! यासीनला फोन करून विचारलं पाहिजे! बाकी मंत्री मोठा बेरकी! मंत्रिमंडळ केव्हा गडगडेल, याचा नेम नाही. तेवढ्यात लेकीच्या लग्नाचा मुहूर्त ठरवला! एकदा बुडाखालची खुर्ची गेली, म्हणजे विचारतो कोण?

दुपारी जेवण झाल्यावर सुस्ती आली. मालकीणबाई परस्पर कुठल्या तरी मंडळात गेल्या. लंच तिथंच घेणार, असं आबा म्हणाला. बिछान्यावर लवंडलो. गिरजाला हाक मारली. पाय चेपायला सांगितलं. चेष्टामस्करी करीत ती आपल्या मऊसूत हातांनी पाय चेपू लागली. कधी डोळा लागला, ते कळलंच नाही!

जाग आली. पडल्या पडल्या यासीनला फोन केला. एका माजी मंत्र्याला, आजी उपमंत्र्याला आणि माजी पुढाऱ्याला फोन करून राजकीय परिस्थितीचा अंदाज घेतला. सोशॅलिस्ट पारनेरकर बाईंच्या पक्षात प्रवेश करणार, असं कळलं!

आबा आत आला. म्हणाला,

"दोन पोरी वाट बघतायत भाईर..."

"दोन पोरी? किती वयाच्या?"

"वीस-बावीस वर्षांच्या..."

"काम काय आहे?"

"तुमच्याशी बोलायला मागत्यात! मुलाखत की काय म्हणत्यात, ते..."

आम्ही उठलो. तोंड धुऊन कडक इस्त्रीचा ड्रेस केला. अंगावर अत्तर शिंपडलं. मुलाखतीसाठी तयार झालो.

पोरी देखण्या होत्या. पुढाऱ्याच्या मुलाखती देखण्या पोरींनी घ्याव्यात, खत्रूड म्हाताऱ्यांनी नव्हे, असा आर्डिनन्स काढला पाहिजे राष्ट्रपतींनी!

"आम्ही 'अश्वमेध' साप्ताहिकाच्या प्रतिनिधी..."

"अश्वमेध? साप्ताहिक घोड्याबिड्यासंबंधी आहे की काय?" आम्ही विचारलं.

"छे, छे! साप्ताहिक माणसांसंबंधीच आहे!" एक पोरगी हसत म्हणाली.

"आयला, मग ठीक आहे! आता विचारा प्रश्न..."

"गेल्या काही महिन्यात भारतीय राजकारण अतिशय खालच्या पातळीवर गेलंय, असं तुम्हाला वाटत नाही का?"

"नाही वाटत! राजकारण समाजाच्या पातळीवर असतं. समाज खालच्या पातळीवर, तर राजकारण खालच्या पातळीवर! शिवाय आपला देश सध्या संक्रमण की काय म्हणतात, त्या अवस्थेत आहे."

"म्हणजे कसा?"

"म्हणजे सोवळं खुंटीवर काढून ठेवलंय, पण ओवळं तर सापडत नाही, अशी मधली स्थिती!"

"इश्श! म्हणजे भलतीच अवस्था!" पोरीचा चेहरा गोरामोरा झाला.

"नवसमाज निर्माण करण्यासाठी ती अवस्था आवश्यक आहे! नवसमाज निर्माण करण्याची जबाबदारी आता तुमच्यासारख्या तरुण पिढीवर आहे!"

दोघींचे चेहरे आणखी गोरेमोरे झाले. आपण एवढा महान संदेश दिला, तर चेहरे असे करायला काय झालं?

"राजकारणातील नैतिक मूल्यं ढासळली आहेत... वेश्यांनासुद्धा नीतिमत्ता असते, पण ती राजकारण्यांना नाही, असं काही विद्वान मंडळी म्हणतात." एक पोरगी म्हणाली.

"नैतिक मूल्यं ढासळू नयेत, म्हणून आपण सर्वांनी बद्धपरकर झालं पाहिजे!" आम्ही गर्जना केली.

"बद्धपरकर? आपल्याला 'बद्धपरिकर' म्हणायचं आहे काय?"

आम्ही चपापलो. आयला, ही संस्कृत भाषा म्हणजे घोळच एक! पण आम्ही डगमगलो नाही.

"ही सामान्य लोकांची संस्कृत भाषा आहे. सामान्य माणसासाठी ती भाषा सोपी पाहिजे, असं आमचं नम्र मत आहे!"

पोरींना चहा देऊन वाटेला लावलं. त्यांच्याकडे एक तरुणपणाचा फोटो

दिला. मुलाखत छापलेल्या अंकाच्या दोनशे प्रती विकत घेण्याचं आश्वासन दिलं. (तशी आमची पद्धत आहे)

सात वाजता फोन वाजला.

"कोण पतंगरावजी काय?"

"रावजी नव्हे, नुसता रावच!"

"मी खंडकर बोलतोय- 'लत्ताप्रहार' दैनिकाचा बातमीदार!"

"बोला..."

"ठरलं, की नाही- कुठल्या पक्षात जायचं ते?"

"अजून वाटाघाटी चालू आहेत. दिवसभर चार-पाच पक्षांचे लोक येऊन गेले. सगळेजण आग्रह करताहेत."

"पण तुमची सदसद्विवेकबुद्धी काय म्हणतेय?"

"आयला, पुढाऱ्याला तसलं काही असतं, हे तुम्हाला कुणी सांगितलं?" आम्ही सातमजली हसलो. "आमचं तुमच्यासारखं आहे. दुकान मांडून बसलोय. ज्या गिऱ्हाइकाकडून जास्तीत जास्त लाभ, त्याची सेवा! गिऱ्हाइकाचा संतोष, हाच आमचा आनंद."

"आणि मतदारांचं काय?"

"आयला, त्यांना कोण विचारतो? मतदार जास्त गडबड करायला लागले, तर तुमच्या पत्राचं नाव काय म्हणालात?"

"लत्ताप्रहार!"

"हा- तर मतदारांना तेच! छापूबिपू नको हे! आपल्यात खाजगी? अर्थात छापलंत, तरी भीत नाही म्हणा- लगेच इन्कार आणि तुमच्यावर अब्रूनुकसानीची फिर्याद! उद्या-परवा पुन्हा फोन करा."

फोन खाली ठेवला.

घशाला कोरड पडली होती. आबाला हाक मारली.

"आबा, ग्लास काढ. फारीन व्हिस्कीचा स्टाक आहे ना शिल्लक?"

"बक्कळ हाय..."

"नसला. तर मागवा! मालकीणबाई कुठं आहेत?"

"आल्या व्हत्या. पुना भाईर गेल्यात; एक साधू आलाय म्हनं, मद्रासचा. त्येला भविष्य इच्यारायला गेल्यात."

"भविष्य कसलं?"

"तुम्हांस्नी मिनिस्टरचा चान्स हाय का ते इचारणार हायती!"

"असं का?" मग आम्ही हलक्या आवाजात म्हणालो, "ग्लास-बाटली घेऊन गिरजाला धाडून द्या. आम्ही आपल्या खोलीत बसलोय. कुणी आलं, तर आम्ही नाही म्हणून सांगा. फोन आला, तर तेच सांगा! मालकीणबाई आल्या, म्हणजे दारावर टकटक करा- चला, चला-"

आम्ही आतल्या खोलीत आलो. फारिन व्हिस्कीची बाटली आणि गिरजाची वाट पाहू लागलो.

आयला, आमच्यासारख्या बिझी पुढाऱ्याला विरंगुळा हवा की नको?

◆◆◆

७

※

जाहिराती आणि
घडीच्या खुर्च्या

एखाद्या संस्थेच्या निधीसाठी तुम्ही कधी देणग्या गोळा केल्या आहेत काय? त्यानिमित्तानं 'सुव्हेनीर' नामक जाहिरातींचा जो संग्रह निघतो, त्यासाठी जाहिराती जमवल्या आहेत काय?

नेपोलियनच्या काळात निधी गोळा करण्याची व 'सुव्हेनीर' प्रसिद्ध करण्याची पद्धत बहुधा नसावी. नाहीतर त्यानं आपल्या डिक्शनरीत 'अशक्य' या शब्दाचा निश्चितच अंतर्भाव केला असता!

आमच्या कॉलेजचा हीरकमहोत्सव होता, तेव्हा आमच्या प्राचार्यांनी प्रत्येक प्राध्यापकाला कमीतकमी हजार-दीड हजारांच्या देणग्या आणि तीन-चार जाहिराती गोळा करायचा आदेश दिला. देणग्या गोळा करण्याचा (ऊर्फ गोळा न करण्याचा) मला पूर्वानुभव होता. मागं एकदा आणखी एका संस्थेसाठी देणगी गोळा करताना माझ्या बाबतीत 'प्रथम ग्रासे मक्षिकापातः' झाला होता. माझ्या एका परिचयाच्या कारवाल्या धनिकाकडे निदान एकशे एक रुपये मिळतील, अशी अपेक्षा ठेवून मी गेलो, तेव्हा आमचा संवाद खालील आशयाचा झाला होता.

"या, प्राध्यापकसाहेब, बरेच दिवसांनी भेटताय!"

“हो ना... काही कामासाठी आलो होतो.”

“तेच म्हणतोय मी! कामाशिवाय मला कशाला भेटाल?”

“तसं काही नाही...” माझ्या स्वरात ओशाळवाणा भाव.

त्यानं सर्व्हंटला बोलावून ब्रेकफास्ट आणण्याचा हुकूम दिला.

“आता बोला...”

“त्याचं काय आहे...” मी अडखळत म्हणालो, “आमच्या ‘विद्यार्थी साहाय्यक मंडळा’साठी निधी गोळा करतोय. तेव्हा तुमच्याकडून एकशेएक रुपये तरी...”

“अहो प्राध्यापक,” मी निधी गोळा करण्यासाठी आलोय, हे समजल्यावर त्यानं एखाद्याची जहागिरी काढून घ्यावी, त्याप्रमाणे माझी ‘साहेब’गिरी काढून टाकली. “हल्ली दिवस कसे आले आहेत, हे तुम्ही जाणताच! तुम्ही तर अर्थशास्त्राचे प्राध्यापक! राहणीमानाचा निर्देशांक गेल्या महिनाभरात सहा टक्क्यांनी वाढला...”

“छे छे... अकरा पूर्णांक सात दशांशनी वाढला...” माझ्यातला अर्थशास्त्र प्राध्यापक जागा झाला.

“तुम्हीच सांगितलंत म्हणून बरं! अहो, आमच्या टॉमीसाठी ‘डॉग फूड’ चा इंपोर्टेड डबा पस्तीस रुपयाला मिळायचा. तो आता पंचावन्न रुपये झालाय!”

“बाप रे! म्हणजे सत्तावन्न पूर्णांक एक सप्तमांश टक्के वाढ! टू मच!”

“आणि पुन्हा पेट्रोल दरात वाढ होण्याची शक्यता आहे!”

“शक्यता कुठली? निश्चितच होणार! तेलपुरवठा करणाऱ्या देशांनीच तसं जाहीर केलंय!”

“म्हणजे कारचा मेन्टेनन्स खर्च वाढणार! आमच्याकडे तीन गाड्या- माझी, बाईसाहेबांची आणि आमच्या बेबीची- म्हणजे गाड्यांचा खर्च वाढला की नाही?”

तेवढ्यात ब्रेकफास्ट आला. ऑम्लेट, पाव, बटाट्याची भाजी, फ्रूट्स असा जंगी ब्रेकफास्ट होता.

“अरेच्चा! जवळजवळ जेवणच आहे की हे!” मी म्हटलं.

“रेसला चाललोय... संध्याकाळी परतणार.. म्हणून हेवी ब्रेकफास्ट! दॅट रिमाइंड्स मी... अहो, आता रेसकोर्सची एन्ट्रन्स फीसुद्धा दुप्पट केलीय म्हणे!”

एकूण वाढत्या खर्चामुळे तो इतका वैतागलेला दिसला की, माझ्या मनात आलं, त्याला खिशातून एकशेएक रुपये दिले, तर त्याचा भार थोडा तरी हलका होईल!

ब्रेकफास्ट झाल्यावर तो महालक्ष्मी रेसकोर्सकडे निघाला- मी माझ्या घरी निघालो.

“कुठं चाललांय?”

"बांद्र्याला!"

"तुम्हाला घरी सोडू?"

"नको नको, इथून तुम्हाला महालक्ष्मी जवळ आहे- बांद्र्याला जायचं म्हणजे पेट्रोलचा उगाच जादा खर्च!" मी मनापासून म्हटलं.

"बाय - सी यू अगेन!" तो कारमधून फर्रदिशी निघून गेला. मी बसच्या क्यूमध्ये उभा राहिलो.

तर असं हे आमचं देणगी गोळा करणं! माझ्या एक-दोन मित्रांना हा किस्सा सांगितला. तेव्हा एकानं 'तू त्या भानगडीत पडू नकोस' व दुसऱ्यानं 'दॅट इज नॉट युवर कप ऑफ टी' असा सल्ला दिला. मित्रांचा सल्ला मी नेहमीच मानत नसतो; पण त्या वेळी तो मानला!

तेव्हा आमच्या प्राचार्यांनी देणग्या गोळा करण्याची व जाहिराती जमवायची जबाबदारी माझ्या अंगावर टाकल्यावर देणग्यांपोटी माझ्या खिशातले एक हजार एक देऊन टाकले आणि जाहिरातीच्या मागे गंभीरपणे लागायचं, असं ठरवलं.

पुण्याला माझा एक हरहुन्नरी मित्र आहे. अप्पा घोलप त्याचं नाव. नाना उद्योग करत असतो, त्यामुळे जनतासंपर्क उत्तम. बँका, कारखाने, उद्योगसंस्था, आदींशी घनिष्ठ संबंध. त्याला मी मुंबईहून फोन केला.

"किती जाहिराती हव्यात?" त्यानं विचारलं.

"तीन-चार तरी हव्यात, गड्या!"

"हात्तिच्या! तीन-चारच होय? मला वाटलं, दिवाळी अंक काढतोयस- तीस-चाळीस पानं जाहिराती पाहिजेत तुला!"

"दिवाळी अंक? मागच्या वर्षी आमच्या एका मित्रानं काढला दिवाळी अंक! बाप रे!"

"बाप रे, का? किती प्रती काढल्या होत्या?"

"दोन हजार! खोटं वाटतं? मुंबईला ये आणि त्याच्या घराच्या बाल्कनीत जाऊन मोजून पहा!"

तो हसला. (अप्पा घोलपला विनोद कळणं म्हणजे कठीणच!) मग म्हणाला,

"ते जाऊ दे! तू असं कर, तुझ्या एखाद्या मित्राची गाडी काढ. एक दिवसात काम आटपू! सकाळी ये, संध्याकाळी जाहिराती खिशात टाकून परत जा मुंबईला!"

मी समाधानाचा नि:श्वास सोडला. एका दिवसात तीन-चार जाहिराती सर्वांच्या आधी! एकदा ही कटकट संपली म्हणजे दुसऱ्या दिवशीपासून लेखनवाचन करायला आपण मोकळे!

मी एका धनिकबाळाला 'दादा-पुता' करून तयार केला. त्याला गाडी काढायला लावली, मी पेट्रोल घालायचं कबूल केलं. पुण्याला चार ठिकाणी फिरायचं, म्हणजे गाडी पाहिजेच आणि गाडीतून आल्यावर आपला आब राहतो. जाहिराती चट्दिशी मिळणं सोपं जातं, हा अप्पा घोलपचा सल्ला व्यवहार्य होता. मी खिशात भरपूर पैसे घेतले आणि एके सकाळी कॉलेजात 'प्रासंगिक रजा' टाकून नाना ढेकणेसह वर्तमान पुण्याकडे कूच केलं.

दुपारी अकरा वाजता पुण्याला पोहचलो. अप्पा घोलपच्या तीन पोरांसाठी भेटवस्तू विकत घेतल्या. तो आपल्यासाठी वेळ व वजन खर्च करणार आहे, तेव्हा त्याच्या पोरांना व पर्यायानं त्याला खूश करणं आवश्यक होतं. खेळणी, टॉफीचे महागडे डबे, रेडीमेड बाबा-सूट एवढा ऐवज घेऊन त्याच्या घरी गेलो.

"भावजी, एवढं काही आणायची गरज नव्हती, बरं का..." असं त्याची बायको म्हणत होती खरी; पण हे म्हणताना ती मुलांपेक्षा अधिक खुश झाली होती, हे मी आमच्या 'हिच्या' बद्दलच्या अनुभवावरून चाणाक्षपणे जाणलं होतं.

असो. होवो बिचारी खुश! नाहीतरी जनतासंपर्क ठेवण्याचा व वाढवण्याच्या गडबडीत आमच्या अप्पा घोलपचा कुटुंबसंपर्क कमी होत चालल्याची सौ. घोलपची तक्रार होतीच!

सौ. घोलपनी मनापासून केलेला शिरा व चहा फस्त करून मी म्हटलं,

"वैनी, आता जेवणाचं फार घेऊन बसू नका बरं का! भूक फारशी नाही! वाटेत खोपोलीला भरपूर खाल्लं होतं! आता तुमचा हा शिरा."

वैनींचा चेहरा पडला. तो का, याचा अंदाज करत होतो, तेवढ्यात अप्पा घोलप म्हणाला,

"अरे, आपण लंच 'नटराज'मध्ये घेणार आहोत!"

"असं? ते का?"

"एका बँकेच्या चेअरमनशी बोलून कालच लंच अपॉइंटमेंट फिक्स केली!"

"असं? कशाला उगाच त्यांना खर्चात पाडलंस?"

"तुझी अगदी कमाल आहे! तू खराखुरा प्राध्यापक आहेस, बुवा!"

"का? काय झालं?"

"अरे, लंच तू त्याला द्यायचंस! काम कुणाचं आहे? तुझं त्याच्याशी की, त्याचं तुझ्याशी?"

"माझं त्याच्याशी!"

"गुड! म्हणून तू त्याला आवळा देऊन कोहळा काढायचास!"

"पण तू त्याला कोहळ्याबद्दल बोलला आहेस ना?"

"छे छे! स्वीट डिश खाता खाता तो विषय काढायचा आपण! असं मस्त जेवण दे त्याला की, पानभर जाहिरात दिली पाहिजे! साधं पान नव्हे, मलपृष्ठ चार! काय?"

"हे जनतासंपर्कतंत्र आपल्याला नीट अवगत नव्हतं, बुवा! बरं झालं, तू सगळं धोरणीपणानं ॲरेंज केलंस!" मी म्हणालो.

"तसे आमचे हे अगदी पक्के बरं का!" मी आणलेला डबा उघडून एक टॉफी तोंडात टाकत सौ. घोलप कौतुकानं म्हणाल्या.

मी, नाना ढेकणे आणि अप्पा घोलप तिघे एक वाजता 'हॉटेल नटराज'मध्ये पोहचलो. पाच-दहा मिनिटांत बँकेचा चेअरमन कपूर एका गलेलठ्ठ माणसाला बरोबर घेऊन आमच्या टेबलापाशी आला.

"मिस्टर बुटानी-बिग इंडस्ट्रिॲलिस्ट-" त्यानं सांगितलं. "माझ्याकडे काही महत्त्वाच्या कामासाठी आले होते. आय टोल्ड हिम-व्हाय डोंच्यू जॉईन अस फॉर लंच! आफ्टर ऑल, मिस्टर घोलप इज आवर फ्रेंड!"

"विथ प्लेझर! वेलकम, सर!" अप्पा मृदू शब्दांत म्हणाला.

अप्पानं बेअररला जवळ बोलावून ऑर्डर दिली. कॉर्न सूप, सिझ्लर, कसाटा वगैरे.

"लंचपूर्वी मला बिअर घेण्याची सवय आहे!" तो बुटानी म्हणाला. तरीच एवढा गलेलठ्ठा दिसत होता!

"ओ, सर्टनली!" अप्पा चित्कारला. त्यानं बिअर मागवली. बुटानी, कपूर आणि अप्पा पोटभर बिअर प्याले. मी, ढेकणे एकेक ग्लास घेऊन बसलो होतो. मग ते तिघं एकमेकांना भरपूर आग्रह करून चिक्कार जेवले. तो बुटानी तर नुकताच दुष्काळी प्रदेशातून दौरा काढून आल्यासारखा खा खा खात होता.

मध्येच मी टॉयलेटला जाऊन आलो, तेव्हा कपूर आप्पाला सांगत होता,

"डोंट वरी, तुम्हांला भरपूर कमिशन मिळेल! मी आणि बुटानी ते मॅनेज करतो! लीव्ह इट टू मी!"

अप्पाला काय घबाड मिळालं, कोण जाणे?

"तुमचं लंच फुकट नाही जाणार!" कपूर डोळे मिचकावीत अप्पाला म्हणाला.

सुरुवातीला अप्पांनी माझी कपूरशी ओळख करून दिली होती, तेव्हा ऑर्डर घेण्याऱ्या बेअररकडे ज्या नजरेनं कपूरनं पाहिलं होतं, त्याच नजरेनं त्यानं माझ्याकडे पाहिलं होतं! मी बिल देताना बिल बुटानीइतकंच गलेलठ्ठ होतं!

अप्पानं कपूरला जाहिरातीविषयी सांगितलं.

"ओ सॉरी, मिस्टर घोलप! माझं जाहिरातीचं बजेट कधीच संपलं! आता पुढच्या वर्षीपर्यंत शक्य नाही!"

"पण आमच्या सुव्हेनीरसाठी एकतरी जाहिरात-'' मी अजिजीनं म्हणालो.

"सुव्हेनीर? माय गॉड!"

"का? काय झालं?" मी गोंधळलो.

"सुव्हेनीरसाठी जाहिरात द्यायची नाही, असा निर्णय मी मागंच घेतलाय!"

"पण, कपूरसाहेब..."

"प्लीज, प्रोफेसर! हवा, तर प्राण मागा; पण जाहिरात मागू नका!"

कॉलेजच्या सुव्हेनीरसाठी कपूरच्या प्राणाचा मला काहीच उपयोग नव्हता! मी (मनातल्या मनात) चडफडत उठलो. कपूर बुटानीला घेऊन आपल्या इंपोर्टेड कारमधून चालता झाला आणि आम्ही आमच्या देशी कारमध्ये जाऊन बसलो.

"नाउमेद होऊ नकोस! अरे, बिझिनेसमध्ये असे प्रसंग वारंवार येतात! आपण निराश व्हायचं नाही! कपूरचा नाइलाज झाला! चल, आता पान खाऊ या मस्तपैकी!"

"पान खाऊ या; पण आता पुढला कार्यक्रम?" मी विचारलं.

"इथं एक पोतनीस आश्रम आहे, तिथं जाऊ."

"आश्रम कसली जाहिरात देणार?"

"अरे, संत पोतनीसांनी बरीच पुस्तकं लिहिली आहेत. कुणालाही ते जाहिरात देतात, असं ऐकलंय. त्यांच्या शिष्यगणांत सिनेमा नट-नट्या आहेत, लक्षाधीश उद्योगपती आहेत... त्यांना पैशाची काय पर्वा?"

"हो. तेही खरंच!"

आमची गाडी आश्रमासमोर थांबली.

मी चेहऱ्यावर शक्य तितका नम्र भाव आणून आश्रमात शिरलो. आश्रम अद्ययावत होता. सगळ्या खोल्या वातानुकूलित होत्या. पाणी प्यायला वॉटर कूलर्स होते. सोफासेटवर भगव्या वस्त्रांतले साधुपुरुष विराजमान झाले होते आणि फरशीवर बसून अनेक गलेलठ्ठ बायका साधूंचा सल्ला घेत होत्या. अंगावर तोकडे कपडे घातलेल्या परदेशी मुलींकडे डोळे लावून आणि कर्णेंद्रिये लठ्ठ बायकांच्या हवाली करून साधुपुरुष एकाच वेळी आसक्ती आणि विरक्ती यांचा अनुभव घेत होते!

पोतनीसबाबा एका खास खोलीत मृगाजिनावर बसले होते. आम्ही तिघांनी त्यांना भक्तिभावानं नमस्कार केला.

"महाराज, खाजगी काम होतं!" अप्पा म्हणाला.

"पुरुषांचं कसलं खाजगी काम आमच्याकडे?"

"आपली पुस्तकं- त्यांची जाहिरात-"

"आमच्या चिटणिसांची भेट घ्या!" असं म्हणून पोतनीसबाबा पुन्हा ध्यानस्थ झाले.

आम्ही पलीकडच्या खोलीत गेलो. बाबांचे चिटणीस पॉप म्युझिक ऐकत बसले होते.

"आम्हाला एक जाहिरात हवी पोतनीसबाबांच्या पुस्तकांची..." मी विनंती केली.

"केवढी हवी?"

"अर्धा पान तरी-"

"संपूर्ण पान घ्या! बाबांच्या पुस्तकांची यादी फार मोठी आहे!" यादी माझ्यासमोर टाकत चिटणीस म्हणाले.

बाप रे! बाबांनी बरीच स्फोटक पुस्तकं लिहिली होती! 'चौऱ्याऐंशीचा फेरा आणि चौऱ्याऐंशी आसने,' 'श्वासाविना संभोग की संभोगाविना श्वास?', 'हस्तिनी, पद्मिनी आणि शंखिनी,' 'योगासनाकडून संभोगासनाकडे-' यांसारखी अनेक.

मी अप्पा घोलपला हळूच विचारलं,

"अप्पा, कॉलेजच्या सुव्हेनीरमध्ये असल्या पुस्तकांची जाहिरात?" अप्पा हसत म्हणाला,

"सुव्हेनीर वाचतो कोण? कार्यक्रमाच्या वेळी उकडतं- तेव्हा वारा घेण्यासाठी सुव्हेनीरचा उपयोग करतात!"

मला अप्पाचं म्हणणं पटलं. एक जाहिरात विनासायास पदरात पडली, म्हणून आनंदही झाला.

"पैसे चेकनं देता, की कॅशनं?" मी भीत भीत विचारलं.

"पैसे?" चिटणिसांनी अचंब्यानं विचारलं

"नाही, तशी गडबड नाही- मग दिले, तरी चालतील?" मी गडबडीनं म्हणालो.

"पैसे?" चिटणिसांच्या स्वरात तोच अचंबा! "आम्ही जाहिरातीसाठी पैसे देत नसतो!"

"मग काय, जाहिरात फुकट-"

"आम्ही कुणाकडून काही फुकट सेवा घेत नसतो!"

"मग!"

"जाहिरातीचं बिल बाबांच्या पुस्तकांच्या रूपानं मिळेल! एकूण सहाशे रुपयांची सचित्र पुस्तकं आहेत! काशा, बाबांच्या पुस्तकांचं पार्सल ह्यांच्या गाडीत टाक!"

"नको, आता नको! आम्ही जाताना पार्सल घेऊन जातो!" मी घाबरून

म्हटलं आणि अप्पाला डोळ्यानं खूण करून आश्रमाबाहेर पळ काढला! कॉलेजच्या फंडासाठी ही स्फोटक पुस्तकं? भलतंच!

"आता कुठं, अप्पा?" मी धीर सोडला नाही.

"माझे एक मित्र आहेत- बापूसाहेब म्हात्रे, म्हणून! को-ऑपरेटिव्ह बँकेचे चेअरमन आहेत. सात-आठ वर्कशॉप्स आहेत. छोटे उद्योगधंदे आहेत. त्यांच्याकडे तीन-चार जाहिराती-"

"अप्पा, एकच मिळाली, तरी पुरे! आणि हो-आम्हाला सहा वाजता तरी इथून निघालं पाहिजे! फार वेळ लावणार नाही ना तो म्हात्रे?"

"नाही रे! जाहिरात, चहा-पाणी एकदमच घे आणि नीघ! साडेनऊला मुंबईत!"

पुण्याचे सगळे नागमोडी बोळ संपले, तरी म्हात्रेचं घर येईना!

बराच वेळ भुयारासारख्या दिसणाऱ्या एका गल्लीतून आमची गाडी मार्ग काढीत चालली आणि पेशवाई थाटाच्या घरासमोर गचके खात, आचके देत उभी राहिली.

काळोख्या जिन्यातून वर गेल्यावर एकदाचे ते बापूसाहेब म्हात्रे भेटले.

आप्पाने आमची त्यांच्याशी ओळख करून दिली. पन्नाशी ओलांडून गेलेले, टक्कलाचा चांदवा खाजवीत बोलणारे म्हात्रे मळकट धोतर न् कळकट बंडी या वेशात शिवकालीन कंजूष सावकारासारखे दिसत होते!

"हे कोण? ढेकणे का? म्हणजे टिक ट्वेंटी! हा हा हा!"

दिवसभर गाडी चालवून काळवंडलेला नाना ढेकणे म्हात्रेचा विनोद ऐकून गोरामोरा झाला!

"बापूसाहेब, हे साठे-'

"साठे? म्हणजे बिस्किटवाल्या साठ्यांचे कुणी?"

"नाही- त्यांच्याशी नातं नाही!"

"हां हां - सख्खे तिऱ्हाईत! नाशिकला एक्झिक्युटिव्ह इंजिनिअर साठे म्हणून होते पहा. त्यांची मुलगी बेळगावला चिपळूणकर वकिलांच्या तिसऱ्या मुलाला दिलीय. तो मुलगा आता इथं नाही, कॅनडाला आहे. त्या मुलाचा मेहुणा- म्हणजे बहिणीचा नवरा-करंडे- त्याची मुलगी चार वर्षांपूर्वी एस.एस.सी.त सतरावी आली होती पहा, तर ते साठे तुमचे कोण?"

"तेही सख्खे तिऱ्हाईत!" मी शांतपणे उत्तरलो.

"हा हा- भारी विनोदी बुवा तुम्ही! विनोदी म्हणजे हजरजबाबी–आमच्या अरुण कुलकर्ण्यासारखे! अरुण माझ्याबरोबर हायस्कूलात होता. आता मुंबईला फर्निचर-मेकरवाला फर्ममध्ये आर्टिकल क्लार्क आहे- ती मेट्रोजवळ पारश्यांची अग्यारी आहे ना, त्याच्यासमोर पेस्तनजी केसरवानजी-"

"बापूसाहेब, तो पेस्तनजी माझा कुणी लागत नाही! अप्पा, पाणी आहे का, रे, जवळपास?" मी कासावीस होत म्हणालो.

"अरे, पाणी आणा पाहू तीन-चार तांबे!" म्हात्रे डावीकडे वळून ओरडले. तिथं कुणी होतं की नाही, देव जाणे!

"तुमचं आडनाव साठे आहे, ते एक बरं आहे!" म्हात्रे टक्कल खाजवीत म्हणाले.

"का बरं?" मी कुतुहलानं विचारलं.

"तुमचं आडनाव हिरे असतं, तर पंचाईत होती!"

"का पण?"

"अहो, ढेकणासवे हिरे ते भंगती! हे ढेकणे न् तुम्ही हिरे- बाप रे! तुमची काही धडगत नव्हती! हा हा हा!"

नाना ढेकणेचा चेहरा आता मात्र लालभडक दिसू लागला! बिचाऱ्यानं माझ्यासाठी दिवसभर वणवण केली आणि त्याच्या आडनावावर तसल्या कोट्या?

"अरेच्या! अजून तुम्हाला पाणी नाही मिळालं? थांबा हं, मी आत जाऊन चहा घेऊन येतो!"

म्हातारा आत गेल्यावर मी अप्पाला म्हटलं,

"अप्पा, जाहिरातीचा विषय लवकर काढ, नाहीतर तो आम्हाला पुन्हा नाशिक, बेळगाव, कॅनडा फिरवून आणायचा!"

"डोण्ट वरी! चहा पिताना विषय काढू!"

पाच मिनिटांनी म्हात्रे धोतराच्या सोग्यानं तोंड पुशीत बाहेर आले! पक्का पुणेरी म्हातारा! चहा 'घेऊन' म्हणजे अक्षरशः स्वतः चहा घेऊन आला होता!

"पाणी मिळालंच नाही का तुम्हाला? कमाल आहे."

पुन्हा वरून हे!

"पाण्याचं राहू दे आता! बापूसाहेब, तुमच्या त्या चार फोल्डिंग खुर्च्या मुंबईला मुलीकडे पोहचवायच्या आहेत ना?" अप्पा विचारू लागला.

"हो तर! ती जबाबदारी, साहेब, तुम्ही उचलली आहे आणि त्या बदल्यात तुम्ही..."

म्हात्रेंना मध्येच थांबवून अप्पा म्हणाला,

"ह्यांची गाडी आहे! हे नेतील खुर्च्या मुंबईला!"

मी अप्पाला चिमटा काढला, पण आप्पानं मला उलट ढुशी मारली. मग तो म्हणाला,

"बापूसाहेब, हे माझे मित्र आहेत ना-"

"कोण हे हिरे ना?"

"नव्हे हो! साठे!"

"मी हिरे म्हणणार! काय ढेकणे? खरं की नाही?"

"म्हणा, म्हणा!" नाना चिडून ओरडला.

"ठीक आहे! हिरे तर हिरे! त्यांच्या कॉलेजची शताब्दी आहे..."

"शताब्दी नव्हे, अप्पा! हीरकमहोत्सव–"

"ते महत्त्वाचं नाही, हिरे! तर त्या निमित्तानं ते फंड गोळा करताहेत."

"एक दमडा नाही देणार!" म्हाताऱ्यानं गर्जना केली.

पेलाभर पाणी फुकट देत नाही, दमडा कसा देईल?

"तुमच्याकडून दमडा नकोय त्यांना. बँकेची जाहिरात द्या त्यांच्या सुव्हेनीरला! एक पान जाहिरात– तुम्ही चेअरमन आहात," अप्पा म्हणाला.

"बँकेची जाहिरात? तुम्ही असं करा, ढेकणे," माझ्याकडे पाहून म्हात्रे बोलले.

"मी हिरे, तसा साठे, पण-"

"ठीक– हिरे तर हिरे! त्यामुळे काही फरक पडत नाही! तुम्ही माझी मुलाखत घ्या- सुव्हेनीरमध्ये छापा! त्यामुळे बँकेची जी जाहिरात होणार आहे, ती पानभर जाहिरात दिली, म्हणून का होणार आहे?"

"अर्धा पान तरी–"

"पाव पानसुद्धा नाही! बँकेचे पैसे असे उधळू की काय मी? घोलप, तुमचं ते कर्ज मंजूर केलंय आम्ही- सह्या कधी करता कागदावर?"

"आताच करतो ना! त्याचसाठी तर मी-" अप्पानं जीभ चावली! सात वाजायला आले होते. आम्ही उठलो.

"मंडळी, माझ्या खुर्च्यांचं काय? अप्पा, घाल खुर्च्या ह्यांच्या गाडीत! मुलीनं अर्ध्या किमतीला विकत घेतल्यायेत! उचला एक खुर्ची - हिरे, तुम्ही एक उचला! आणि अहो, टिक् टवेंटी-तुम्ही का रिकाम्या हातानं चाललाय? मी एवढा म्हातारा असून-"

तर चरफडत का होईना, आम्हाला खुर्च्या उचलाव्याच लागल्या.

अंधेऱ्या बोळात ठेचाळत आम्ही कसेबसे बाहेर आलो. डिकीमध्ये चार खुर्च्या रचून आम्ही गाडीत बसलो.

अप्पा घोलप म्हणाला,

"शेवटचं गिऱ्हाईक आहे. माझ्या ओळखीचा एक पैलवान आहे-"

"अजून तुझं पैलवानाकडे काही काम राहिलंय वाटतं?" मी चिडून म्हटलं.

"माझं कसलं काम?... हे तुझं बरं आहे. तुझ्यासाठी सकाळपासून एवढा भटकतोय..."

मी हसून म्हणालो,

"अप्पा, खरंच मला आणखी जाहिराती नकोत! बाय द वे-तुझ्या त्या म्हात्रेची मुलगी राहते कुठं मुंबईत? तिच्या खुर्च्या पोहोचवायच्या आहे ना?"

"ती दहिसरला राहते!"

"दहिसरला?" नाना ढेकणेनं गप्पकन डोळे मिटले.

"हो! हा घे तिचा पत्ता! जमलं, तर आजच रात्री घरी जाण्यापूर्वी खुर्च्या पोहचव! ओ.के., मिस्टर टिक ट्वेंटी, गाडी थांबवा-आमचं स्टेशन आलं!"

अप्पा घोलप शीळ घालीत उतरून गेला.

आम्ही दोघं चार जाहिरातींऐवजी चार खुर्च्या बरोबर घेऊन जड अंत:करणानं न् रिकाम्या खिशानं मुंबईकडे कूच केलं...

◆◆◆

८
❈

जावे त्याच्या वंशा

ब्रेकफास्ट-टेबलवर डिशच्या उजव्या बाजूस नेहमीप्रमाणं वर्तमानपत्रांची चळत होती; पण आज तिची उंची कमी भासली.

उषा टोस्टला बटर फासत होती.

"हे काय, उषा? आज वर्तमानपत्रं एवढीच? की संप आहे कुठं?"

"मी बंद केले निम्मे न्यूजपेपर्स! हवेत कशाला? सगळ्या पेपर्समध्ये त्याच त्या बातम्या! पंतप्रधानबाईंची 'मी हे सहन करणार नाही, ते सहन करणार नाही' छाप भाषणं- संजयचे दौरे आणि वीस कलमी कार्यक्रम-"

"तसं नाही गं! माझी भाषणं, पत्रकं, पत्रव्यवहार या ना त्या वर्तमानपत्रात छापून येतो. एक-दोन वाचायची राहिली की, नेमका कुणी फोन करतो- अमुक पेपरमध्ये तुमचा फोटो पाहिला- अमुक पेपरात तुमच्या भाषणाचा रिपोर्ट आहे. तर..."

"ठीक आहे-उद्यापासून बंद केलेले पेपर्स पुन्हा सुरू करायला सांगते. ओ.के."

उषा तशी मोठी समजूतदार आहे. 'ता' म्हटलं नाही, तरी 'ताकभात' ओळखण्याइतकी धूर्त आहे.

आम्लेटचे लचके तोडताना वर्तमानपत्रं चाळू लागलो. 'फोरम फॉर दि जायंट इंटेलेकच्युअल्स' तर्फे आम्ही सातजणांनी आणीबाणीचा निषेध करणारं पत्रक काढलं होतं, ते छापून आलंय का, पाहू लागलो. प्रमुख वृत्तपत्रांनी आमच्या पत्रकाची दखल घेतली नव्हती. किरकोळ पत्रांनी एका कोपऱ्यात ते छापलं होतं. ही बडी वृत्तपत्रं म्हणजे भांडवलदारांची-संपादक म्हणजे त्यांचे बगलबच्चे! महाराष्ट्रातील थोर वृत्तपत्रकारांची परंपरा हे भेकड संपादक कशी काय जतन करणार?

"उषा, पत्रक वाचलंस आमचं?"

"हूं-"

"कसं काय वाटलं?"

"भाषा फारच सौम्य आहे! खूप पाणी घालून डायल्यूट केलेली! एखाद्या तरुणीच्या पाठीला नवऱ्यानं चिमटा घ्यावा आणि तिनं कृतककोपानं 'इश्श, हा काय, गडे, चावटपणा?' असं मोठाले डोळे करून म्हणावं, तसं वाटलं हे पत्रक वाचून! एवढ्या लोकांची धरपकड झाली- तुरुंग नुसते दुथडी वाहताहेत आणि तुम्ही-"

"स्टॉप इट, उषा! भिंतीलाही कान असतात." मी म्हटलं, "एनी वे-कडक शब्द वापरता आले असते आम्हांला; पण उगाच कुरापत काढण्यात काय पुरुषार्थ? 'एक घाव दोन तुकडे' करण्यापेक्षा हळूहळू पण सतत विरोध करत राहण्यात मुत्सद्दीपणा आहे! पत्रकाचं ड्राफ्टिंग कसं काय वाटलं?"

"म्हणजे भाषेच्या दृष्टीनं ना! सुपर्ब! शब्द चपखल वापरले आहेत! कुणाचं आहे ड्राफ्टिंग?"

"अर्थात माझं! बाय ॲन्ड लार्ज, नेव्हरदीलेस, ऑल द सेम यांसारख्या फ्रेजेस कितीतरी चातुर्यानं वापरल्या आहेत, ते पहा तरी!"

उषा हसत म्हणाली,

"या कलेत तुम्ही पास्टमास्टर! आतापर्यंत तुमची हयात पत्रकं काढण्यात गेली! बाय दे वे-आजचा कार्यक्रम काय?"

मी रेडिओवरच्या अनाऊन्सरच्या आवाजाची नक्कल करीत म्हटलं,

"दुपारी बारा वाजून साठ मिनिटांनी 'ताज'मध्ये रोटरी क्लबतर्फे भाषण, तिथंच लंच- दुपारी चार वाजता आकाशवाणीवर रेकॉर्डिंग- रात्री सव्वा-नऊला ब्रॉडकास्ट आहे- वेळ मिळाला, तर ऐक-"

"म्हणजे? रात्री डिनरलाही नसणार तुम्ही?"

"उं हूं! जी. डी. आर. कॉन्सुल्लेटमध्ये डिनरला जायचंय-"

'जी.डी.आर.? म्हणजे ईस्ट जर्मनी ना?"

"आम्हा इंटलेकच्युअल्सना ईस्ट वा वेस्ट - दोन्ही जर्मनी सारखेच! रशियन ॲम्बॅसीमध्ये व्होडका पिऊन अमेरिकन ॲम्बॅसीमध्ये बीफस्टीक खायला आमची हरकत नसते!"

"ते ठाऊक आहे, हो! पण आज आपल्याकडे शहाणे, अय्यर, फ्रामजी येणार होते, त्याचं काय?"

"त्यांना जी. डी. आर. चं इन्व्हिटेशन मिळण्याची व्यवस्था केली मी कालच!"

पेगी शेपूट हलवीत आली आणि मांडीवर बसली. तिच्याशी दहा मिनिटं खेळलो, मग शेव्ह करून बाथ घेतला. कपडे बदलून बाथरूमबाहेर येतोय, तोच फोनची घंटी वाजली.

"हॅलो-" हा पाटकरचा आवाज.

"काय बाबा काढलंस सकाळच्या पारी?" मी म्हटलं.

"हे बघ, तुझ्यासारख्या इंटलेकच्युअल्सना माझं एक सांगणं आहे– विनंती म्हण, हवं तर-"

"सांग बाबा- तूच तेवढा राहिला होतास! आमच्यासारख्यांची हीच पंचाईत- कुणीही उठावं, उपदेशाचे डोस पाजावेत."

"पाजणारच! एरवी तुम्ही प्लॅटफॉर्मवरून लोकांना डोस पाजत असता! हिंदू-मुस्लीम प्रश्न असो, हरिजनांचा उद्धार असो की, शिक्षणाचा नवा आकृतिबंध असो, तुम्ही लोक सर्वज्ञपणाचा आव आणता! जणू काही शहाणपणाचा मक्ता..."

"बरं बुवा, राहिलं! कामाचं बोल–'

"तू शासनाच्या नाट्य सेन्सॉर बोर्डावर आहेस ना?"

"हो."

"शिवाय भाषांतर मंडळावर आहेस ना?"

'हो–"

"तू दोन्ही संस्थांच्या सदस्यत्वाचा राजीनामा दिला पाहिजेस!"

"का म्हणून?"

"का म्हणजे? आणीबाणीचा निषेध म्हणून!"

मी क्षणभर काही बोललो नाही.

"का, रे? विचारात पडलास?"

"पाटकर, मी या मुद्द्यावर खूप विचार केला. काय आहे, आमच्यासारख्यांनी असल्या महत्त्वाच्या समित्यांवर, मंडळांवर राहणं आज तर अधिक आवश्यक झालं आहे."

"असं?"

"अरे, आम्ही निघालो, तर अनेक नालायक लोक या समित्यांवर यायला टपून बसले आहेत. आज तर असल्या समित्यांचं पावित्र्य प्राणपणानं जतन करणं निकडीचं झालं आहे. समाजाचं व्यापक हित ध्यानात घेता-"

"समाजाचं व्यापक हित की, तुझं वैयक्तिक हित?"

संताप आवरून मी म्हणालो,

"पाटकर, यावर मी एवढंच म्हणेन की, प्रभू येसू, तू या पाटकरला क्षमा कर. कारण तो कसा बोलतो, हे त्याचं त्याला कळत नाही."

मी फोन खाली ठेवला. आदळलाच म्हणा ना!

पाटकर घरचा श्रीमंत आहे- वाडवडिलांनी एवढी पुंजी करून ठेवलीय की, सात पिढ्यांनी आरामात बसून खाल्ली, तरी संपायची नाही! भरल्या पोटावर ढेकर देऊन लोकांना उपदेश करायला काय जातं?

उषानं दिलेलं लिंबाचं सरबत संपवलं आणि शफी अहमदनं महिन्यापूर्वी आणून दिलेलं 'राईज अँड फॉल ऑफ शेख मुजिबुर रहमान'चं हस्तलिखित ड्रॉवरमधून बाहेर काढलं. निम्मीअधिक प्रस्तावना लिहून झाली होती. मुजीबला ठार मारणाऱ्यांची तुलना भारतातल्या फॅसिस्ट वृत्तीच्या संघटनांशी करावी का? केली, तर जपून केली पाहिजे. उद्या परिस्थितीचा संदर्भ बदलला, म्हणजे कुणी शब्दांत पकडायला नको! आमच्यासारख्यांना प्रत्येक विधान सावधगिरीनं करावं लागतं. पाटकरसारख्या अज्ञानांना आमची दुःखं आणि आमच्या समस्या कळणार कशा? जावे त्याच्या वंशा, तेव्हा कळे!

प्रस्तावनेच्या उत्तरार्धात मांडावयाच्या मुद्द्यासंबंधी नोट्स् काढत होतो, तेवढ्यात उषा सांगत आली,

"बाहेर कुणी भेटायला आलंय."

"कोण आहे बुवा?" मी त्रासिकपणे म्हटलं. एकदा लिहायला बसलो, म्हणजे कुणी डिस्टर्ब केलेलं मला चालत नाही. पेगीलासुद्धा माझ्या स्टडीत यायला बंदी असते.

"कुणीतरी अनोळखी माणूस दिसतोय. मी तरी कधी पाहिलं नव्हतं त्याला. दाढी आहे- रंगीबेरंगी बुशशर्ट- केसांची आयाळ मानेवर सोडलेली."

मी चरकलो. कुणी सी.आय.डी. तर नसेल ना?

उषाला म्हटलं,

"त्याला बसायला सांग. मी आलोच पाच मिनिटांत."

उषा गेल्यावर मी टेबलावरचे कागद नीट न्याहाळले. ड्रॉवरमधल्या कागदांची

बारकाईनं तपासणी केली.

'जयप्रकाशजींची समग्र क्रांती' या शीर्षकाखाली एक सायक्लोस्टाईल बुलेटिन मिळालं. त्याचे घाईघाईनं तुकडे केले आणि वेस्टपेपर बास्केटमध्ये टाकले. मग बाहेर आलो.

उषानं वर्णन केल्याप्रमाणं एक दाढीवाला माणूस माझी वाट पाहत होता.

"ओळखलंस?" तो घोगऱ्या आवाजात विचारू लागला.

मी पुन्हा त्याला नीट न्याहाळलं. गोरापान रंग, मानेवर पिंगट केसांची आयाळ, कुरेबाज दाढी, भडक रंगाचा फुलाफुलांचा बुशकोट, बेल बॉटम पँट–

"सॉरी, मी ओळखलं नाही..."

"लेका, मी कानविंदे..."

"बाप रे! किती फरक पडलाय तुझ्यात! खादीचा गुडघ्यांपर्यंत पोहचणारा शर्ट आणि पायजमा– हा तुझा नेहमीचा पोशाख. अर्धवट वाढलेल्या दाढीचे खुंट, हे तुझं रूप! बट वॉट अ चेंज! अगदी ट्रान्स्फर सीन!" त्याचे दोन्ही हात हातांत घेऊन मी गदगदा हलवले आणि लख्खकन वीज चमकावी, तसा डोक्यात उजेड पडला.

"कानविंदे, तू अंडरग्राऊंड– म्हणजे–"

"म्हणून तर हा मॉड ड्रेस! अरे, माझं काहीच नाही. खादीची जाडी भरडी साडी नेसणारी वेणू मिनिस्कर्ट आणि गॉगल घालून फिरतीय. मी तिचा नवरा, पण मीसुद्धा ओळखलं नाही तिला!" आणि तो मोठमोठ्यानं हसू लागला.

"काय काम काढलंयस माझ्याकडे?"

"मी, वेणू आणि आमच्या ग्रुपमधले तीन-चार मित्र अंडरग्राऊंड आहोत. पोलीस आमच्या मागावर आहेत, हे सांगायला नकोच. तर तुझ्याकडून एकच अपेक्षा–"

"कोणती?"

"आमच्यापैकी कोणी तरी मध्यरात्रीसुद्धा तुझ्या दारावर थाप मारील. तू आम्हाला आसरा द्यायचास. सकाळ होण्यापूर्वी आम्ही निघून जाऊ. तुझ्यावर तोहमत येणार नाही, याची काळजी घेऊ. आम्ही कुणी तरी तुला फोन केला, तर पहिला प्रश्न विचारू, 'काय तात्या, ठीक आहे ना?' मग तू ओळखायचंस! 'तात्या, रात्री बारा वाजता एअरपोर्टवर ये.' रात्री बारा वाजता जो फोन करील, तो तुझ्या घरी येईल."

"पण, कानविंदे..."

तो आपल्याच नादात होता.

"अरे, जोरात काम चाललंय आमचं. गुप्त पत्रकं– तरुण मुलांच्या बैठका– सत्याग्रह– परदेशी वृत्तपत्रांत पत्रं, पत्रकं, लेख–'

मी अस्वस्थ होऊन म्हटलं,

"कानविंदे, स्पष्ट बोलतो– माफ कर."

"बोल–"

"मला या भानगडीत पाडू नकोस! लीव्ह मी अलोन! तुझ्या अंडरग्राऊंड लढ्याला माझा नैतिक पाठिंबा आहे; बट यू नो, दिवस हे असे! कधी नसत्या घोळात सापडलो, म्हणजे तुरुंगात पडावं लागेल. मी तुरुंगवासाला घाबरत नाही, रे. वेळ पडली, तर फासावरही जायची तयारी आहे माझी; पण तुरुंगाच्या बाहेर राहून मी जे करू शकेन, ते तुरुंगात कुजत पडून करता येणार नाही मला! शिवाय मला बायको मुलं आहेत–"

"मला नाहीत? मुलांना आजोळी ठेवून मी आणि माझी बायको वणावणा फिरतोय, कशाला सांगतोस बायको-मुलांचं न् संसाराचं कौतुक?"

"उगाच अपसेट होऊ नकोस, कानविंदे! तुझी गोष्ट वेगळी आहे, बाबा! भर फरशीवर रात्रभर घोरत पडू शकतोस तू. मला अंगाखाली गादी असल्याशिवाय झोप येत नाही, त्याला मी काय करणार? लहानपणापासून माझी वाढ वेगळ्या वातावरणात झालीय. तुझी–"

"हो, ना! तू सुखवस्तू कुटुंबातला आहेस. मी दरिद्री आई-बापाचा मुलगा आहे. ठाऊक आहे मला ते!"

"वस्तुस्थितीला सामोरं जायलाच पाहिजे आपण! टॉयनबी म्हणतो..."

"टॉयनबीचं मला सांगू नकोस! मी काय म्हणतो, ते ऐक!"

"ऐकतो ना–"

"तू षंढ आहेस, नपुंसक आहेस! कसोटी क्षण आला की, रणांगण सोडून पळणारा भेकड आहेस!"

मी स्मित केलं. अशा वेळी गीतेच्या दुसऱ्या अध्यायात सांगितल्याप्रमाणं स्थितप्रज्ञ राहणं सोयीचं असतं.

"कानविंदे, तू कितीही गालिप्रदान केलंस, तरी मनाचा तोल ढळू देणार नाही मी! माझं जीवनविषयक तत्त्वज्ञान, जीवनाकडे पाहण्याचा माझा दृष्टिकोन–"

"पोकळ शब्दांची आतशबाजी माझ्यासमोर नको! मुद्द्याचं बोल! पैशाची तरी मदत करणार आहेस तू आमच्या कार्याला?"

"जरूर! माझ्यानं शक्य होईल, तेवढं देईन; मात्र पावती नको, स्पष्ट सांगतो. पुन्हा षंढ, नपुंसक म्हणायचं असेल, तर म्हणून घे."

"पावती?" कानविंदे हसला. "भूमिगत कार्य पावत्या देऊन कधी चालू शकतं? तेवढंदेखील तुला कळत नाही, म्हणजे कमाल आहे!"

"मग ठीक आहे–" मी आत गेलो. एकावन्न रुपयांच्या नोटा घेऊन बाहेर आलो.

कानविंदे वर्तमानपत्र वाचत होता. माझ्याकडचे पैसे न मोजता त्यानं खिशात घातले. मी विचारलं,

"चहा घेणार?"

"नको. सकाळी मी एकदाच चहा घेतो."

"बराय–"

तो उठला. खाली ठेवलेली शबनम बॅग त्यानं खांद्याला अडकवली.

"अधूनमधून येत जा, म्हटलं असतं; पण–"

"काळजी करू नकोस! अगदी नाइलाज झाला, तर येईन. आणखी एक सांगतो, उद्या-परवा पकडलं पोलिसांनी, तरी तुझ्या घरी मी एकदा गेलो होतो, हे कधीच सांगणार नाही. आपल्यासाठी दुसऱ्यांना त्रास व्हावा, हे आमच्या तत्त्वज्ञानात वा दृष्टिकोनात बसत नाही!"

माझ्या घशात आवंढा घोटाळू लागला; पण मी स्वतःला सावरलं. गहिवरणं, कंठ दाटून येणं या वाक्यप्रचारांना माझ्या डिक्शनरीत स्थान नव्हतं. कोरडेपणानं मी म्हटलं,

"थँक्स! तू सुज्ञ आहेस. मी तुला काय सांगणार?"

कानविंदे गेल्यावर मी प्रस्तावना पुन्हा लिहायला घेतली. बारा वाजेपर्यंत लेखन संपवलं. मग उठलो. नुकताच शिवलेला सूट बाहेर काढला. टायऐवजी बो लावला आणि उषाच्या ड्रेसिंग टेबलाजवळ येऊन अंगावर स्प्रे शिंपडला.

उषा जवळ आली. म्हणाली,

"वा! अगदी क्यूट दिसता, बरं का!"

"हां हां, फार जवळ नको येऊस!"

"का?"

"यू विल फील लाइक किसिंग मी! एरवी माझी हरकत नव्हती; पण गालावरची लिपस्टिक पुसण्याइतकी सवड नाही! 'ताज'कडे एक वाजण्यापूर्वी पोहचायला हवं..."

खाली उतरून टॅक्सी घेतली.

'ताज'मध्ये वेळेवर पोहचलो. मीरचंदानी स्वागतासाठी उभे होतेच. 'वीस कलमी कार्यक्रमा'वर भाषण ठोकून दिलं. सगळे रोटरियन्स भाषण लक्षपूर्वक ऐकत होते. निदान तसं दाखवत तरी होते! मी मुद्दाम उपरोधपूर्ण बोलत होतो. शिवरामपंत परांजप्यांची व्याजोक्ती मी भाषणात पुरेपूर वापरत होतो. त्या पद्धतीनं मी वीस कलमी कार्यक्रमांवर कडाडून हल्ला चढवला. माझी व्याजोक्ती रोटरियन्सच्या ध्यानात आली की नाही, कोण जाणे! तरी बरं, कुणी वार्ताहर नव्हता– नाही तर त्यानं माझं भाषण चुकीच्या पद्धतीचं दिलं असतं आणि मी वीस कलमी कार्यक्रमाची भलावण करतोय, अशी तमाम जनतेची समजूत झाली असती!

जेवण छान होतं. माझी आवडती तंदुरी चिकन होती. क्रॅबरोल्स होते. यथास्थित समाचार घेतला. रोटरियन्स आपापसांत धंद्याविषयी बोलत होते. इंपोर्ट–एक्सपोर्ट, शेअरबाजार, इन्कमटॅक्स वगैरे कानांवर येत होते.

मी मीरचंदानींना विचारलं,

"काय, आता स्मगलिंग बंद झालं असेल, नाही?"

ते खो खो करून हसले.

"चार स्मगलर्सना मिसाखाली पकडलं, म्हणून स्मगलिंग बंद होणार आहे? साला, सगळी चालबाजी!"

"मात्र ब्लॅक मनी बराच बाहेर आला गेल्या काही दिवसांत!"

ते पुन्हा खो खो हसले.

"समजा, साहेब, तुमच्या डोक्यावरले दोन केस मी कात्रीनं कापून टाकले, तर तुमचं वजन किती कमी होणार?"

मी गोंधळलो. त्यांच्या प्रश्नाचा रोख कळला नाही.

"काहीच कमी होणार नाही!" मी म्हटलं.

"करेक्ट. टोटल ब्लॅक मनी म्हणजे तुमची अख्खी बॉडी आणि बाहेर आलेले पैसे म्हणजे तुमच्या डोक्यावरले दोन केस! साला, सगळी चालबाजी!"

माझ्या भाषणात तर मी वेगळे मुद्दे मांडले होते. मी मुकाट्यानं तंदुरी चिकनकडे वळलो.

लंच संपल्यावर निरोप घेताना मी मीरचंदानींना म्हटलं,

"माझं भाषण सर्वांना आवडलं असेल, अशी मी आशा करतो!"

"का नाही? वा! मजा आली!"

"युवर स्पीच वॉज लाईक ॲपेटायझर! मस्त भूक लागली!" कुणी तरी एका लठ्ठ माणसानं अभिप्राय दिला.

मीरचंदानी यावर खो खो हसले.

मी टॅक्सी करून सरळ रेडिओ स्टेशनकडे आलो.

'पंतप्रधानांच्या कारकिर्दीची दहा वर्षे' या विषयावर इंग्रजीत टॉक होता. मी टॉकची कॉपी चार-पाच दिवसांपूर्वीच रेडिओकडे पाठविली होती. गेल्या काही वर्षांत किमती कशा वाढताहेत आणि भ्रष्टाचाराला कसा ऊत आला आहे, हे मी परखडपणे लिहिलं होतं. पाटणकर, कानविंदे काही म्हणो, वेळ आली म्हणजे आम्ही विचारवंत मागं सरत नाही. जे काय म्हणायचं आहे, ते धीटपणे व्यक्त करतो...

"इंग्रजी टॉक वाचून पाहिला ना?" मी विचारलं.

"ओ, येस; पण तुमच्या टॉकमध्ये खूप बदल करावे लागतील."

"कोणते बदल?"

"यू सी– प्राईस– राईज आणि करप्शन यासंबंधी तुम्ही जे काही लिहिलं आहे, ते आम्हाला रेकॉर्ड करता येणार नाही."

"पण अचीव्हमेंट्सची मी नोंद केली आहेच. त्याबरोबर फेल्युअर्स दाखवायला नको?"

"आम्हाला तशा इन्स्ट्रक्शन्स आहेत! फेल्युअर्सचा भाग तुमच्या टॉकमधून काढून टाकून मी टॉक बदलला आहे. चला, जाऊ या ना रेकॉर्डिंगला?"

मनात आलं, टॉक कॅन्सल करावा! पण मग वाटलं, माझ्या हट्टासाठी, विचारांच्या मुक्त आविष्कारासाठी सुब्रह्मण्यमसारख्या चिल्लर माणसाचा का म्हणून बळी द्यायचा? आणि दुसरं म्हणजे आज टी.व्ही.मुळं रेडिओ ऐकतो कोण?

पन्नास रुपयांचा चेक खिशात टाकला.

जी. डी. आर. कॉन्सुलेटकडे वळलो.

शहाणे, अय्यर, फ्रामजी माझ्याआधी तिथं हजर होते. शहाणे नेहमीप्रमाणं झोकात पाईप ओढत बसले होते. फ्रामजी बोबड्या इंग्रजीत जागतिक राजकारणावर चर्चा करत होता, तर अय्यर व्हिस्कीचे ग्लास एकामागोमाग एक पोटात रिचवीत होता.

शहाणे पाईप तोंडातून काढून म्हणाले,

"या, बसा. तुमचीच वाट पाहत होतो–"

"काय चाललंय? एव्हरीथिंग ईज ओ.के?"

"हूं," मग शहाणे हलक्या आवाजात म्हणाले, "इमर्जन्सीवर चर्चा करायची नाही. एव्हरी थर्ड मॅन इज अ सी. आय. डी. मॅन–'

"म्हणजे त्या अर्थानं अय्यर सी. आय. डी. चा माणूस ठरेल!" फ्रामजी

म्हणाले.

अय्यर व्हिस्कीचा ग्लास तोंडाला लावून नुसता हसला.

हिंदू-मुस्लीम समस्या, विद्यापीठातील राजकारण, अरब-इस्त्राईल संघर्ष, सार्त्रची फिलॉसॉपी, मराठीत प्रसिद्ध होणारी मिडिऑकर पुस्तकं–विषयांना काही तोटा नाही. एवढे अफाट विषय असताना इमर्जन्सीसारख्या किरकोळ विषयावर चर्चा करून वेळ कोण दवडणार? व्हिस्की चढू लागली, तशा गप्पाही रंगू लागल्या...

ड्रिंक्सनंतर डिनरसाठी चायनीज रेस्टॉरंटमधये गेलो. या चायनीज डिशेसचं एक बरं असतं. पचायला हलक्या– कितीही खा, पोट जड वाटत नाही.

सोनावालानं लिफ्ट दिली. अय्यरला अमळ जास्तच झाली होती. त्याला आधी त्यांच्या फ्लॅटकडे पोचवलं.

घरी पोहचलो, तेव्हा अकरा वाजून गेले होते. उषा बेडलँप लावून वाचत पडली होती.

कपडे बदलून मी बेडवर बसलो.

''पाटकरांचा फोन आला होता,'' उषा म्हणाली.

''काय म्हणतोय?'' मी जांभई देत विचारलं.

''कानविंदेला पकडलं म्हणे, पोलिसांनी.''

''माय गॉड! कधी? सकाळी तर माझ्याकडे आला होता,'' मी ओरडलो.

''दुपारी तीन वाजता. ऑर्थर रोड जेलमध्ये आहे, म्हणे. तुम्हांला भेटायचं असेल, तर–''

''बघू उद्या!'' मी सुटकेचा सुस्कारा सोडला. बेडलँपच्या प्रकाशाचा त्रास होऊ नये, म्हणून डोळ्यांवर आडवा हात ठेवला आणि पाच मिनिटांत घोरू लागलो...

◆◆◆

९

घराणे समीक्षकाचे

तशी आमच्या घराण्याची परंपरा फार प्राचीन. आपेगावनिवासी विठ्ठलराव कुलकर्ण्यांच्या ज्ञानेश्वरापासून कारवारनिवासी नाडकर्ण्यांच्या ज्ञानेश्वरापर्यंत घराण्याचा वेलविस्तार झालेला. मूळ घराणं कुलकर्ण्यांचं. त्यामुळे वरकड मंडळी आगाऊपणानं घुसली असली, तरी समीक्षणाचं झाड घट्ट धरून ठेवलं आहे कुलकर्णी मंडळींनी. आद्य ज्ञानेश्वरांनी गीतेवर समीक्षा लिहिली आणि भगवद्गीतेचं सौंदर्य खुलवून सांगितलं. त्यानंतरच्या काळात समीक्षापद्धतीनं अनेक वळणं घेतली आणि सौंदर्य उकलून दाखविण्याऐवजी चिकित्सकपणे पुस्तकाची चिरफाड करण्याची पद्धती घराण्याच्या अंगवळणी पडली.

आमच्या घराण्याचे यमनियम मोठे कडक. कुणाची भीड-मुर्वत न बाळगता, कठोर चिकित्सेचं काम आम्ही सतत करीत राहतो. कठोर चिकित्सेचं बाळकडू आमच्या घराण्यातल्या पोराटोरांना पाजलं जातं. पुढं नावारूपाला आलेल्या एका समीक्षकानं दहा महिन्यांचा असताना एक पुस्तक लाथेनं उडवलं होतं आणि दुसरं पुस्तक छातीशी घट्ट धरून ठेवलं होतं. मुलाच्या तीर्थरूपांनी कुतुहलानं पाहिलं, तेव्हा लाथेनं उडवलेलं पुस्तक मराठी भाषेतलं व छातीशी

कवटाळलेलं पुस्तक इंग्रजी भाषेतलं असल्याचं त्यांना आढळून आलं. समस्त समीक्षकांचा मराठी पुस्तकांवरील संताप आणि आंग्ल ग्रंथांविषयीचा आदर त्या मुलानं आपल्या कृतीतून व्यक्त केला होता. मुलानं आपले हातपाय पाळण्यात दाखवले, ते असे!

आमच्या घराण्यातल्या स्त्री-पुरुषांचे चेहरे नुकतीच एरंडेल तेलाची वाटी संपवून आल्यासारखे दिसतात, अशी खवचट टीका कोकणातल्या एका कादंबरीकारानं केली होती. (साहजिकच आहे. त्यानं इंग्रजी कादंबरीची केलेली चोरी आम्ही पकडली होती ना!) मराठी साहित्याविषयीचं आमचं नम्र मत आमच्या चेहऱ्यावर झळकत असतं. यात चूक कोणाची असेल, तर मराठी साहित्याची-आमच्या चेहऱ्याची नव्हे!

आमच्या घराण्यातले बहुतेक कुलदीपक मराठीचे प्राध्यापक असतात. प्रारंभीच्या काळात ते कविता, कथा, आदी फुटकळ लेखन करीत असले, तरी त्यांचा मूळ पिंड समीक्षकाचा. अक्कलदाढ उगवली की, ललित लेखन करण्यातील वैयर्थ्य त्यांना उमगतं. कठोर परीक्षणाची सवय, अंगात विष भिनावं, तशी भिनलेली. त्यामुळे पौगंडावस्थेत आपल्या हातून निर्माण झालेलं ललित साहित्य जागतिक साहित्याच्या तुलनेनं किती थिटं आहे, हे आमचं आम्हाला समजून येतं. (ज्यांना ते उमगत नाही, ते जन्मभर सर्जनशील साहित्यिक म्हणून मिरवतात; कथा-कादंबऱ्यांचे घाणे घालतात!) टॉलस्टॉयच्या 'वॉर अँड पीस' पुढं आपली 'हसले गं, मनी चांदणे' कादंबरी कोती वाटू लागते. डोस्टोव्हस्कीच्या 'ब्रदर्स कॅरॅमोझोव्ह' पुढं तीन अंकी संगीत नाटक 'सख्खे भाऊ, पक्के वैरी' फिकं वाटतं आणि इलियट-ऑडेनच्या उत्तुंग काव्याच्या तुलनेनं 'रस्त्यात पडलेलं फूल उचलण्यासाठी वाकणाऱ्या तरुणीस पाहून–' कविता हळवी, भावविवश आहे, हे जाणवू लागतं. ही जाणीव झाली की, सुरवंटाचं फुलपाखरात रूपांतर होतं. कवी-कादंबरीकार समीक्षक बनतो. (मग भले मत्सरी लोक 'कथा-कविता जमली नाही, म्हणून हे मराठीचे प्राध्यापक टीकाकार झाले,' अशी कुत्सित टीका करोत!)

आमच्या घराण्यात जन्म घेणाऱ्यांची नजर मोठी तीक्ष्ण. कोणतं नाटक वयात आलेलं आहे, कोणत्या लेखिकेचा वाङ्मयीन विटाळ गेलेला आहे, हे आम्ही अचूक ओळखतो. मराठीतील अनेक लेखक मारे आपली पन्नासावी कादंबरी वा तेरावा काव्यसंग्रह प्रकाशित करीत असतात! लिहू द्या बापडे. एक कादंबरी तुम्ही

पन्नासदा लिहिलीत, कवितेची बुंदी पुन: पुन्हा पाडत बसलात, तरी तुमचा हात कोण धरणार आहे? लेखणी तुमची, झारा तुमचा! कोण कधी संपला, हे आमच्या काकदृष्टीला (कोण ते 'गिधाड' दृष्टी म्हणालं? थांब, तुझ्या कादंबऱ्यांच्या चिंध्या करतो! कमीत कमी तुला अनुल्लेखानं मारतो!) चटकन दिसतं. अशा संपलेल्या साहित्यिकांची तिरडी आम्ही चाणाक्षपणे कधीच बांधून ठेवलेली असते. कोणत्या पुस्तकामुळं मराठी साहित्याला वेगळं वळण मिळालं आहे, हे आम्ही अचूक ओळखतो. मराठी साहित्याच्या उजाड, सरळसोट मार्गाला वळणं कमी! कोणत्या साहित्यकृतीला टोक आलेलं नाही, कोणत्या कवितेतला आशय तिरकस आहे, कोणती कथा पसरट आहे, हे नेमकं दिसण्यासाठी आमच्या घराण्यातच जन्म घेतला पाहिजे!

असमाधान-प्रचंड असमाधान हा आमच्या घराण्याचा स्थायिभाव. पाश्चात्त्य समीक्षेची पारायणं केल्यानं आणि जागतिक वाङ्मयातील श्रेष्ठ कलाकृतींचा आस्वाद सतत घेत राहिल्यानं मराठीतील किरटं, थिटं आणि कोतं साहित्य आम्हाला समाधान कसं देऊ शकणार? मराठी साहित्यकृतीमधील टीचभर गुण सांगितल्यावर 'असं असलं, तरी–', 'तरी पण', 'परंतु' या शब्दांनी सुरुवात करून त्यातील खंडीभर दोष दाखवावेच लागतात! लेखकाच्या पाठीवर शाबासकीची थाप मारल्यावर मध्येच हात उंचावरून पाठ सडकून काढल्याशिवाय मराठी साहित्याचं भलं होणार नाही. (अर्थात बहुतेक वेळा टीचभर गुणसुद्धा आढळत नाहीत, या कर्माला काय म्हणावं?)

'कादंबरी वाचनीय आहे– एका बैठकीत वाचून संपते,' हे तिचं यश (आणि अपयशही!) किंवा 'या पुस्तकाची पहिली आवृत्ती वर्षभरात संपली, हे त्या पुस्तकाचं सामर्थ्य (आणि मर्यादाही!)', अशी सावध विधानं करण्याची वारंवार पाळी येते. काहीच नाही, तरी 'कादंबरीनं व्यामिश्र कलात्मकतेचं भान ठेवलेलं असलं, तरी या तत्सम त्रुटी केव्हाही दाखवता येतात. कोणतीही साहित्यकृती कुठं तरी कमी पडत असते, हे एक बरं असतं!

अर्थात हेही खरं की, सगळ्या पुस्तकांविषयी आम्ही कडवट बोलत नाही. आमच्या कसोटीला उतरलेली चांगल्या गुणवत्तेची पुस्तकं क्वचित लिहिली जातात. अशी पुस्तकं फारशी खपत नाहीत. लेखांक, परिसंवाद, आकाशवाणी-दूरचित्रवाणी याद्वारे आम्ही ती गाजवतो. साहित्य-सृष्टीतले मैलाचे दगड कोणते न् नुसतेच दगड

कोणते, हे ठरवण्याचा अधिकार आमचा. प्रकाशकाच्या गुदामात आम्ही उत्कृष्ट ठरवलेल्या पुस्तकांच्या थप्प्या पडून राहिल्या, तरी त्या थप्प्यांपेक्षाही अधिक उंची पुस्तकानं मराठी साहित्याला दिलेली असते, हे आम्ही सतत बजावत असतो. सव्वीस समीक्षालेख लिहून झाले, तरी एका नाटकाचे पाच-सहा प्रयोग होऊ शकले नाहीत, म्हणून आम्ही नाउमेद झालो नाही! आम्ही ते पुस्तक बारावीला लावलं. त्या पुस्तकाला अकादमीचं पारितोषिक मिळवून दिलं आणि 'ज्ञानपीठ पारितोषिका'साठी त्याची शिफारस केली. आम्ही एखाद्या पुस्तकाला 'युगप्रवर्तक' ठरवलं की, त्याचं लालनपालन करण्याचं दायित्व आमचं. आमच्या घराण्याला डावलणारी शासकीय कमिटी अजून जन्माला यायची आहे आणि आतापर्यंत एकाही कमिटीवर नसलेला समीक्षक जन्माला यायचा आहे! 'मराठी कादंबरीची मृत्युघंटा वाजू लागली आहे,' असा गंभीर इशारा देणारा एक खळबळजनक लेख व पाच-सहा पुस्तकांना परखड प्रस्तावना या भांडवलावर आमच्या घराण्यातल्या एका पुराण-पुरुषानं शासनाच्या सर्व कमिट्या काबीज केल्या. 'आता म्यां उरलो कमिट्यांपुरता' इतका तो कमिटीमय झाला आहे!

या कमिट्या आमच्या हातात राहणं मराठी साहित्य व (काही) साहित्यिक ह्यांच्या हिताचं आहे! सामान्य कुवतीचा वाचक व लेखक यांना समीक्षा ग्रंथांची ॲलर्जी! एक टीकाकार दुसऱ्या टीकाकाराचं पुस्तक वाचत नाही, अशी परिस्थिती. परिणाम आमच्या न खपणाऱ्या टीकाग्रंथांच्या प्रकाशकांना चार पैसे मिळवून देण्याची नैतिक जबाबदारी आम्ही कमिट्यांवर राहूनच पार पाडू शकतो. आणीबाणीच्या वेळी कमिट्या सोडून देण्याचा अनाहूत सल्ला आम्हाला अति-उत्साही मंडळींनी दिला; पण त्या कमिट्या सोम्यागोम्याच्या हाती जाऊन मराठी साहित्याचं नुकसान होऊ नये, या उदात्त हेतूनं आम्ही तो मोह टाळला.

तर असं हे आमचं असमाधानी, चिवट, चिंतामग्न घराणं. साहित्यसृष्टीतील अन्य घराणी कोसळून पडली, तरी वारा खात, गारा खात आमचं घराणं बाभळीच्या (की जांभळीच्या?) झाडाप्रमाणं ताठ उभं राहील, यात मुळीच संशय नाही.

◆◆◆

१०

❊

प्रयत्ने वाळूचे

कॉलेजच्या स्टाफ-रूममध्ये बसलो होतो. तेवढ्यात तिशीतली एक बाई (की तरुणी?) माझ्यासमोर नम्रपणे उभी राहिली.

"सर, ओळखलंत का?"

मी चेहरा निरखून पाहिला. थोडाफार ओळखीचा वाटला; पण कुठं पाहिलंय, हे खात्रीनं सांगता येईना.

"अकरा वर्षांपूर्वी तुमच्या वर्गात होते, सर. नाव सुशीला उकिडवे."

"इंटरच्या वर्गात?"

"हो, सर. मग बी. ए. ला इकॉनॉमिक्स सोडलं. संस्कृत घेतलं."

"हो, आठवलं. बी. ए. ला इकॉनॉमिक्स घेतलं नाही, म्हणून ओळख विसरलो!" मी म्हटलं.

मग तिला आपादमस्तक न्याहाळून म्हणालो,

"लग्न चांगलंच मानवलेलं दिसतंय! माझ्या आठवणीप्रमाणे तुम्ही पूर्वी बारीक होता."

"लग्नानंतर फुगले, सर." ती किंचित लाजून म्हणाली. "आता मुलं शाळेत जायला लागली, तेव्हा म्हटलं, आणखी शिकावं!"

"काय बी. ए. झालाय, की एम. ए.?"

"संस्कृत देववाणी म्हणून घेतली. त्यात

भरपूर मार्क्स मिळतील, असं वाटलं; पण परीक्षेआधी लग्न ठरलं! वरपक्षाला घाई होती, म्हणून मुहूर्त परीक्षेआधीचा धरावा लागला, म्हणून घोटाळा झाला!''

''कसला घोटाळा?''

''बी. ए. ला पास क्लास मिळाला, सर!''

''ठीक आहे. महत्त्वाच्या परीक्षेत पास झाल्यावर बी. ए. परीक्षेचं मोठंसं काय?''

''नाही, सर! माझी शिकण्याची फार इच्छा होती. एम. ए. करावं. जमलं, तर पीएच्. डी. मिळवावी, अशी महत्त्वाकांक्षा होती; पण लग्न भलत्या वेळी झालं. वर्षभरात मूल झालं. रांधा, वाढा, उष्टी काढा यांत दहा वर्षं गेली, सर!''

''अहो, पण उकिडवे–''

''आता भडभडे. अनुराधा भडभडे.''

''अच्छा. तर मिसेस् भडभडे... अर्थशास्त्र लिहिणारा तुमचा तो कौटिल्य सोडला, तर संस्कृतचा आणि इकॉनॉमिक्सचा काही संबंध आहे काय?''

''तेच सर मला दाखवायचं आहे! प्रयत्ने वाळूचे कण रगडिता म्हणतात ना, तसं मी या वयात इकॉनॉमिक्स घेऊन फर्स्ट क्लास मिळवून दाखवणार आहे.''

''पण कुणाला?''

''त्यांना! आमचे हे म्हणतात, तुला शिक्षण जमणार नाही.''

''त्यांचं शिक्षण किती झालंय?''

''मॅट्रिक नापास.''

''बाप रे! करतात काय ते!''

''त्यांचा काताचा ठोक व्यापार आहे. साऱ्या मुंबईत आणि पाच जिल्ह्यांत ते कात पुरवतात. त्यांना कातातलं सगळं कळतं; पण शिक्षणातलं कात कळत नाही, असं मी म्हटलं, तर काताचा असा मोठा तुकडा खाल्ल्यासारखा चेहरा करतात!''

''कातावरचे तुमचे विनोद चांगले आहेत, पण केवळ त्यांना दाखवण्यासाठी शिकणार आहात, की स्वत:साठी?''

''तसं नाही, सर. शिक्षणाची मला खूप आवड आहे. आमच्या घराण्यात मॅट्रिकच्या पुढे कोणी गेलं नाही. भडभडे, उकिडवे दोन्ही घराण्यांत शिक्षणाचा तसा उजेडच आहे. म्हणून–''

''ठीक! मी काय मदत करू शकतो?''

''मी घरी अभ्यास करून परीक्षेला बसणार आहे. तुमचं मार्गदर्शन हवं! कोणती पुस्तकं वाचायची, कोणत्या प्रश्नांवर अधिक भर द्यायचा...''

''अधूनमधून भेटत चला.''

अनुराधा भडभडे आनंदाने निघून गेली. जाताना ती माझ्याकडून पुस्तकांची

यादी न्यायला विसरली नाही.

त्यानंतर ती नेहमी भेटायची. हातांत जाडजूड पुस्तकं पेलीत ती घामाघूम होऊन बस-स्टॉपवर उभी असायची. कॉलेजच्या लायब्ररीत डोकावले, तर मान मोडून पुस्तकातल्या नोट्स घेत असायची. भेटली की, ती अभ्यासासंबंधी बोलत राहायची.

"सर, कसलं हो. तुमचं हे इकॉनॉमिक्स?"

"का बरं?" मी चिंतातुर होऊन विचारी.

"मार्शलची थिअरी चांगली पचवली, तर केन्सनं ती थिअरी चुकीची ठरवल्यानं केन्स पचवावा लागला. केन्स मोठ्या मुष्किलीनं पचवला, तर त्याच्या थिअरीत किती प्रचंड दोष आहेत, हे कळण्यासाठी कुदिहारा पचवावा लागला."

"तुम्ही काही पचवण्याच्या भानगडीत पडू नका. सगळं वाचून काढलंत, तरी पुरे!"

"मारुतीच्या शेपटीसारखं वाचन लांबतच जातंय, सर! त्याला कुठं अंत नाही."

एखाद्या अधाश्यासारखं भडभडे वाचत नोट्स काढत होती. स्टाफ-रूममध्ये, घरी केव्हाही दत्त म्हणून उभी राहत होती आणि तास न् तास इकॉनॉमिक्सचा काथ्याकूट करीत होती.

हे सतत दोन वर्षं चालू होतं. बी.ए.ची परीक्षा संपली, तेव्हा मलाच हायसं वाटलं. माझीच परीक्षा झाल्याप्रमाणं मोकळं मोकळं वाटलं. यथावकाश निकाल लागला. भडभडे पहिल्या वर्गात आली नव्हती, पण कुठल्या वर्गात आली, हे कळलं नाही.

एक दिवस लायब्ररीत पुस्तकं घ्यायला गेलो, तर भडभडे एका कोपऱ्यात पुस्तकांचा ढिगारा घेऊन बसलेली. मी तिच्याकडे गेलो. विचारलं,

"तुम्ही पेढे घेऊन आला नाहीत?"

ती ओशाळवाणं हसली. खाली मान घालून म्हणाली,

"कसले पेढे सर?"

"म्हणजे काय? बी. ए. चे!"

"बी. ए. पास झाले, पण तिसऱ्या वर्गात."

"असं! मला वाटलं..."

"काय सांगू, सर– एवढं वाचलं होतं, परीक्षेत किती लिहू, किती नको,

असं व्हायचं! पाच प्रश्नांपैकी दोन ते अडीच प्रश्न लिहून व्हायचे. एकदा तर रात्रभर जागरण केलं अभ्यासासाठी. परीक्षा चालू असताना पंधरा मिनिटं डोळा लागला. झोप आवरेचना.''

''ठीक आहे. आता ही पुस्तकं कसली?''

''मराठी घेऊन बी. ए. करीन म्हणते!''

''मराठी घेऊन?''

''हो सर, तशी मला साहित्याची लहानपणापासून आवड आहे. मराठी घेऊन फर्स्ट क्लास मिळवता येईल, अशी खात्री आहे! आमच्या दोन्ही घराण्यात बी. ए. फर्स्ट क्लास कुणी नाही, सर!''

''गो अहेड!'' मी आणखी काय सांगणार तिला?

गिरगावला काही कामानिमित्त गेलो होतो. छातीपाशी पुस्तकांचा भारा सांभाळीत भडभडे समोरून येताना दिसली. तिच्या डोळ्यांवर चष्मा होता. निदान तेवढी प्रगती तिने केली होती!

''इकडे कुणीकडे तुम्ही?'' मी विचारलं.

''प्राज्ञ परीक्षेला बसतेय, सर! साहित्य संघात प्राज्ञचे वर्ग चालतात, तिकडे गेले होते.''

''पण तुम्ही बी. ए. ला बसलात ना? मराठी घेऊन?''

''हो ना! प्राज्ञ परीक्षेला बसलं, तर बी. ए.ला मदत होईल, तेवढं वाचन अधिक होईल. म्हणून म्हटलं, प्राज्ञ परीक्षा पदरात पाडून घ्यावी. शिवाय उकिडवे-भडभडे दोन्ही घराण्यात साहित्यप्राज्ञ कुणीही झालेला नाही.''

''वा, छान! या वेळी तुम्हाला निश्चितच पहिला वर्ग मिळणार.''

''कशावरून सर?''

''तुमच्या डोळ्यांवर आता चष्मा आलाय, तुम्ही आता खऱ्याखुऱ्या स्कॉलर-सारख्या दिसू लागलात.''

''इश्श!'' पुस्तकांच्या ओझ्यानं गुदमरलेला माणूस जेवढा लाजू शकेल, तेवढं लाजत भडभडे उद्गारली, ''सर, मला तुम्ही मदत केली पाहिजे अभ्यासात.''

''करू ना! तूर्त तुमचं ओझं कमी करतो!'' मी तिच्या हातातली काही पुस्तकं घेऊ लागलो; पण ती एकही पुस्तक माझ्या हातात द्यायला तयार होईना.

''प्रत्येकानं आपला भार आपणच उचलायला हवा, सर–'' ती हसून म्हणाली आणि निघून गेली.

त्यानंतर भडभडे वेळी-अवेळी स्टाफ-रूममध्ये यायची. रविवारी सकाळी घरी यायची. अमुक कवीचं जीवनविषयक तत्त्वज्ञान आणि तमुक साहित्यिकाच्या कथेचं व्यवच्छेदक लक्षण यावर तास न् तास चर्चा करायची. मार्शल, केन्स यांच्या जागी तिनं आता मर्ढेकर-कुसुमाग्रज यांची स्थापना केली होती. पूर्ण स्पर्धेच्या सिद्धांताऐवजी ती ज्ञानेश्वरीतील भक्तिमार्गावर ऊहापोह करू लागली. भारताच्या आर्थिक विकासाऐवजी तिला मराठी कादंबरीचा विकास महत्त्वाचा वाटू लागला.

भडभडेला प्राज्ञ परीक्षेत बऱ्यापैकी यश मिळालं खरं, पण बी. ए. ला पुन्हा तिला तिसरा वर्ग मिळाला! बी. ए. पदवीचं आणि तिचं नीटसं सूत जमलं नाही. तसा योग तिच्या त्या विद्यापीठाच्या कुंडलीत नसावा कदाचित. कॉलेजच्या आवारात भडभडे भेटली.

"सॉरी सर!" ती खाली मान घालून म्हणाली.

"का बरं?" मी विचारलं.

"या वेळी व्याकरणानं आणि बखर-गद्यानं घात केला. दोन्ही विषय अगदी रूक्ष! मनच लागत नव्हतं या विषयांत..."

"जाऊ दे," मी तिची समजूत घातली. "मात्र आता ऐका."

"काय सर?" तिचे डोळे चमकले.

"पुन्हा दुसरा विषय घेऊन बी. ए. ला बसू नका. तीन विषय तुम्ही संपवलेत. आता आणखी एक विषय घेऊन–"

"नाही सर, मी आता बी. एड. ला बसणार आहे."

"भडभडे-उकिडवे घराण्यात आजपर्यंत कुणी बी. एड. झालं नसेल!" मी म्हटलं.

"हो, अगदी खरं! पण सर, तुम्हाला कसं हे कळलं?"

"तुम्ही बी. एड. ला बसणार म्हणालात, तेव्हाच मी ते ओळखलं." मी हसून म्हटलं.

"सर, मी हिंदी प्रवीण परीक्षेला बसू या म्हणते. जमलंच तर ड्रॉईंगची इलिमेंटरी ग्रेडची परीक्षा मला द्यायची आहे! वेळा जमल्या पाहिजेत. बी. एड. चा क्लास, हिंदीचा वर्ग, शिवाय ड्रॉईंग. घरी पुन्हा वाचन, चित्रं काढायची प्रॅक्टिस- कसं जमेल, ते बघू! तुमचं मार्गदर्शन हवं!"

"हे पहा, भडभडे– हिंदी मला सिनेमातलं कळतं, तेवढंच. चित्रकलेचे दोर मी केव्हाच तोडून टाकले आहेत. बी. एड्.चं म्हणाल, तर त्या परीक्षेचा रिझल्ट शंभर टक्के लागतो आणि त्यात नापास व्हायचं असेल, तर कुलगुरूला खास विनंती करावी लागते, एवढंच फक्त मला ठाऊक आहे! बाकी त्या परीक्षेशी माझा

अर्थाअर्थी काही संबंध नाही.''

''काही हरकत नाही, सर! पण तुमचा आशीर्वाद हवा.''

''आशीर्वाद वगैरे काही नाही. तुम्हाला भरपूर शुभेच्छा देतो. तुम्हाला तिन्ही परीक्षांत भरघोस यश मिळो.''

भडभडे आनंदाने निघून गेली.

लेक्चर्स संपवून मी कॉलेजमधून घरी निघायच्या तयारीत होतो. तेवढ्यात अंगापिंडानं मजबूत, सफारी सूट घातलेला, सोन्याचा पट्टा असलेलं भलंमोठं घड्याळ मनगटावर वागवणारा एक गृहस्थ स्टाफ-रूममध्ये प्रवेश करता झाला. आला असेल कुणाकडे तरी, असं मनात म्हणत मी बाहेर जाऊ लागलो. त्यानं मला हटकलं आणि माझं नाव घेऊन चौकशी केली.

''हो हो, मीच तो,'' मी म्हटलं.

''कुठं चाललाय?''

''घरी.''

''कुठं घर आहे तुमचं?''

''वांद्र्याला! पण का?''

''मी तुम्हाला पोहचवतो तिथं!''

''पण तुम्ही कोण? मी नाही ओळखलं!''

''मी भडभडे, मिस्टर घनश्याम भडभडे.''

''म्हणजे काताचे व्यापारी?''

''बरोबर ओळखलंत! मला तुमच्यापाशी महत्त्वाच्या गोष्टीवर बोलायचंय. चला माझ्याबरोबर.''

बाहेर ॲम्बॅसॅडर उभी होती. ऐटबाज पोशाखातल्या शोफरनं पुढं होऊन अदबीनं दार उघडलं. मी आधी आत चढलो. माझ्या मागोमाग भडभडे.

वांद्र्याचा लिंकिंग रोड येईपर्यंत ते एक शब्दही बोलले नाहीत. एका वातानुकूलित हॉटेलसमोर गाडी थांबली.

आम्ही दोघं हॉटेलमध्ये शिरलो. एका कोपऱ्यात बसलो. त्यांनी मेनुकार्ड घेऊन दोन-तीन पदार्थ मागवले.

मी त्यांच्या हालचाली न्याहाळत स्वस्थ बसून होतो. त्यांना काय बोलायचंय, याची मला मुळीच कल्पना करता येईना.

''राधेचा चष्म्याचा नंबर वाढलाय. तिचं वजन गेल्या तीन-चार वर्षांत एकशे पंधरा पौंडावर आलं आहे, डॉक्टरसाहेब!'' भडभडे माझ्याकडे रोखून पाहत

बोलले.

"तुमचा काही तरी गैरसमज झालाय, भडभडेसाहेब! मी इकॉनॉमिक्सचा पीएच.डी. आहे. अगदी निरुपद्रवी डॉक्टर आहे!" मी म्हटलं.

"ते मला ठाऊक आहे, हो! सांगायचा मुद्दा– आमच्या राधेनं भलतंच डोक्यात घेतलंय."

"डॉक्टरसाहेब, गेल्या चार वर्षांत माझ्या संसाराची किती आबाळ चाललीय, हे तुम्हाला ठाऊक नाही! हिचं घराकडे अजिबात लक्ष नाही. माझ्याकडे पाहुण्या-रावळ्यांचा सारखा राबता! लांबलांबचे व्यापारी येतात. माझा दहा-बारा लाखांचा बिझिनेस! एवढा व्याप मी सांभाळू कसा? बायकोनं साथ दिली पाहिजे की नको?"

मी मान हलवली.

"सांगण्याचा मुद्दा-राधेचं शिक्षणाचं वेड मला महागात पडतंय! कधीही विचारा : कॉलेज, अभ्यास, पुस्तकं, लायब्ररी. एक मुलगा, एक मुलगी कॉन्व्हेंटला जातात. त्यांना शाळेत पोहचवायला गाडी आहे. घरात स्वयंपाकाला आचारी आहे. भरपूर गडीमाणसं आहेत; पण हिला पाहून तसं वाटतं का? आपल्या प्रकृतीची हेळसांड, संसाराकडे दुर्लक्ष!"

"अरेच्या! हे मला ठाऊक नव्हतं." मी कबुली दिली. "मी कधी त्यांना याविषयी विचारलं नाही."

"ती कशाला सांगेल तुम्हाला? भडभडे घराण्यात कुणी शिकलं नाही. बी. ए. झालं नाही, एवढंच सांगेल!"

"माहेरच्या घराण्याचं-उकिडव्यांचंही नाव घेतात, बरं का त्या! त्याही घराण्यात कुणी बी. ए. झालं नाही, असं सांगत असतात!" मी खुलासा केला. उगाच त्या बाबतीत भडभड्यांच्या मनात किल्मिष नको.

"सांगायचा मुद्दा– आम्ही नसेल शिकलो; पण आमचं काही अडतंय? पदवी नाही मिळवली, म्हणून काय झालं? काताच्या व्यापारावर लाखो रुपये मिळवतोय ना? बंगला आहे, मोटार आहे! पदव्या घेऊन काय चाटायच्या आहेत?" त्यांनी सहज माझ्याकडे पाहिलं असेल, पण मला आपलं उगाच वाटलं, स्वारी मलाच टोमणे मारतेय्! "आम्हालासुद्धा काव्य कळतं की! माझं नाव घनश्याम आहे, म्हणून लग्नात तिचं नाव हौसेनं अनुराधा ठेवलं! संसार चालवायला याच्यापेक्षा जादा काव्य-जादा ज्ञान हवं कशाला? ऑ? घ्या, डॉक्टरसाहेब, सँडवीच घ्या."

भडभडे बराच वेळ बोलत होते. मी सँडवीच, कटलेट खात चहा पीत ऐकत होतो. शेवटी ते म्हणाले,

"सांगण्याचा मुद्दा काय, डॉक्टरसाहेब, पाहीन पाहीन आणि एक दिवस

दुसरं लग्न करीन! हिला सोडचिठ्ठी देऊन, बरं का! मग हिला म्हणावं, जगातल्या सगळ्या पदव्यांचं शेपूट लावा आपल्या नावापुढं!''

मी चमकलो. काही बोललो नाही.

''पुन्हा तुमच्याकडे राधा आली, तर सांगून टाका तिला. तुम्हाला ती खूप मानते– म्हणून तुमच्याकडे आलो, डॉक्टरसाहेब! तर चक्क माझा प्लॅन सांगा तिला! तिच्या पुढच्या शिक्षणासाठी खर्च मी करीन. आयला, पण बायको म्हणून घरात कुणी हवी की नको? घरात गृहिणी नसली, तर लाखो रुपयांचा उपयोग काय? आं?''

पुढल्या आठवड्यात भडभडे मला भेटायला आली, तेव्हा मी तिला शांतपणे श्रीयुत घनश्याम भडभडे यांच्या भेटीचा वृत्तांत सांगितला. त्यांच्या सोडचिठ्ठीची योजनाही तिला समजावून सांगितली.

भडभडे सगळं ऐकून घेत होती. तिचा चेहरा एकदम क्षुब्ध होऊ लागला. तोंड लालबुंद झालं. संतापानं तिच्या कपाळावर आठ्या उमटल्या.

''पण... पण हे सारं तुम्हाला सांगायचं कारण? मला का नाही सांगितलं त्यांनी?''

''तुम्ही असता कुठं घरात? हा क्लास– तो क्लास– पुस्तकं-वाचनालयं– ''

''कसं दुसरं लग्न करतात, तेच पाहते!''

''ते म्हणाले, भडभडे घराण्यात आजवर कुणी पुरुषानं सोडचिठ्ठी दिली नव्हती. मी पहिला पुरुष–''

''हूं! सोडचिठ्ठी म्हणे! वाट बघा!'' ती रागानं धुमसत म्हणाली. मी विषय बदलला.

''काय, कुठल्या क्लासला निघालाय– बी. एड. च्या, हिंदीच्या की ड्रॉईंगच्या?''

''तूर्त क्लासला नाही जात! त्यांच्या पेढीवर जाते टॅक्सी करून! त्यांना आधी जाब विचारते.''

त्यानंतर तीन-चार महिने अनुराधा भडभडे मला कुठंच दिसली नाही. कधी भेटायलाही आली नाही.

माझ्या एका विद्यार्थ्यांच्या लग्नाच्या रिसेप्शनला सहकुटुंब गेलो होतो, तिथं अचानक श्रीयुत व सौ. भडभडे दिसली. मला पाहताच भडभडे धावत आले. माझा हात हातात घेऊन दाबत म्हणाले,

''काय? डॉक्टरसाहेब, बरं आहे ना?''

''तुमचं कसं काय, ते सांगा आधी!''

सौ. कडे बोलत उभ्या असलेल्या सौ. भडभडेकडे मी पाहिलं. प्रकृतीनं सुधारलेली, कमळाच्या फुलासारखी उत्फुल्ल दिसत होती ती.

श्रीयुत भडभडे डोळे मिचकावीत म्हणाले,

''आमची ती सोडचिठ्ठीची मात्रा लागू पडली, डॉक्टरसाहेब! सांगायचा मुद्दा– आता पुस्तकाचं नाव घेत नाही. कॉलेजकडे फिरकत नाही. आपलं तुम्ही मनावर घेतलं म्हणून. चला, येता घरी? चार घटका मौज करु!''

◆ ◆ ◆

११

एक बेभरवशाची संस्था

'बँक' या संस्थेबद्दल बहुतेकांना ममत्व असतं. माझ्या आजूबाजूला राहणारे नवरे बायकांवर करणार नाहीत, तेवढं बँकेवर प्रेम करतात! माझ्या शेजारचे पेंडसे रोज संध्याकाळी देवाला जाण्यापूर्वी बँकेचं दर्शन घेतात. पेन्शनर पेंडसेंचं रोज बँकेत एवढं काय काम असतं, याचं मला खरोखरी कुतूहल आहे. आपल्या खात्यात व्याज जमा होतं की नाही, चुकून आपलं खातं बँकेनं बंद तर केलं नसावं ना, बँक डबघाईला आली की काय, अशांसारखे प्रश्न त्यांना सतावत असावेत! म्हणून प्रत्यक्ष डोळ्यांनी खात्री करून घ्यावी म्हणून बँकेची पायरी ते रोज चढत असावेत, असा माझा तर्क आहे.

काय असेल ते असो, मला बँकेची प्रथमपासून धास्ती वाटते. मी विद्यार्थी असताना 'हायवे थ्री नॉट वन' हा इंग्रजी चित्रपट तुफान लोकप्रिय झाला होता. भर दुपारी भर वस्तीतल्या एका बँकेत पाच-सहा लोक दरोडा घालतात. गर्दीची वेळ असूनही पाच-सहा माणसांनी पिस्तुलाचा धाक दाखवून बघ्यांना रोखले, दोन माणसं ठार मारली आणि बारा लाखांची रक्कम घेऊन एका कारमधून मंडळी पसार झाली. हे चित्तथरारक व हृदयविदारक वृत्त वाचून माझा थरकाप झाला. चार दिवस झोप लागली

नाही. बँकेबद्दलची भीती त्या सुप्रसिद्ध 'जिप्सी'सारखी खोल मनात दडून बसली! मावळत्या सूर्याला साक्ष ठेवून (तशी त्या वेळी पद्धत होती) मी शपथ घेतली की, शक्य तो बँकेच्या वाटेला जायचं नाही. बँकेची पायरी कोर्टाच्या पायरीप्रमाणं वर्ज्य मानायची. मिळवायला लागलो की, जी काही बचत उरेल, ती गाडग्यामडक्यात घालून किंवा ट्रंकेच्या तळाशी जपून ठेवायची. इतरांप्रमाणं मीही माझी बचत बँकेत ठेवली असावी, असा विचार दरोडेखोर करणार, त्यामुळे घरी ठेवलेल्या पैशांची चोरी होईल, ही भीती नाही. बँकेवर दरोडा पडला, तरी आपल्याला भीती नाही. असा दुहेरी बंदोबस्त मोठ्या हिकमतीनं करायची मी योजना आखली.

पण संकल्प आणि सिद्धी यामध्ये सरकार उभं राहिलं!

नोकरी लागली, तेव्हा आमच्या कॉलेजच्या अकांऊटंटनं मला बोलवून विचारलं,

''तुमचं कोणत्या बँकेत खातं आहे?''

''माझं कोणत्याही बँकेत खातं नाही!'' मी अभिमानानं उत्तर दिलं.

''काय? तुमचं कुठंच खातं नाही?'' माझ्याकडे त्यानं तुच्छतेनं का पाहावं, ते मला समजेना.

''नाही आणि उघडायचा विचारही नाही!'' मी ठामपणे सांगितलं.

''मग, तुम्हाला पगार मिळणार नाही!''

''म्हणजे काय? मुलाखतीच्या वेळी प्राचार्यांनी ही अट घातलेली नव्हती! बँकेत खातं नसलं, तर पगार मिळणार नाही, असं त्यांनी कधीच सांगितलं नाही!'' मी त्याला बजावलं. वाद करण्यात मी कुणाला हार जाणाऱ्यांपैकी नाही!

''प्राध्यापक मयूर साठे!''

''केयूर साठे!''

''तेच, जे कुणी असाल ते. तुम्हाला पगाराची रक्कम रोख मिळणार नाही. ती तुमच्या खात्यातच जमा होईल. सरकारचा तसा हुकूम आहे!''

तर सरकारला मध्ये घालून बँकेनं माझ्यावर सूड उगवला होता, यात संशय नव्हता!

मला बँकेत खातं उघडावं लागलं. मनाविरुद्ध. त्यानंतर मला बँकेचे काही अनुभव आले, अजून येताहेत. त्यावरून बँकेची मी घेतलेली धास्ती रास्त होती, हे कुणालाही पटावं.

मूलत: स्वत:चे पैसे परत घेण्यासाठी अर्धा अर्धा तास ताटकळायला लागावं, हेच मला मान्य नाही. आमची बँक म्हणजे मराठी लोकांची बँक. मराठी माणसाला धंदा कधी कळलाय? दगडांच्या देशातील माणसांची हृदयं मृदू कशी असणार? भाषा खडबडीत. 'अहो, चेक देऊन अर्धा तास झाला.' असे नम्रपणे सांगितले, तर 'मग आम्ही काय इथं चकाट्या पिटतोय? कामच करतोय ना?' असं शेजारच्या सुबक ठेंगणीशी चकाट्या पिटता पिटता सांगायला तयार! पुन्हा आवाज चढवून बोललो, तर सुबक ठेंगणीवर छाप पडेल, असा सोयीस्कर गैरसमज!

खरोखरी बँकेतून पैसे काढण्यासारखा तापदायक अनुभव दुसरा नाही. बँकेत ही ऽ गर्दी. बसायला मात्र एक सोफा कम-बेड! (आता हा सोफा कम-बेड बँकेत कशासाठी? पण ते असो.) त्या सोफ्यावर शाईचे डाग, मागच्या बाजूला धुळीची पुटं, सोफ्यावरची धूळ पुसायचं काम गिऱ्हाइकाच्या कपड्यांवर सोपवलेलं. तिथं बसायला जागा नसतेच. मग पायांखाली वीट नसताना विठोबासारखं कमरेवर हात ठेवून कुठंतरी उभं राहायचं! आपला नंबर कधी पुकारला जाईल, याची शाश्वती नसते. तेव्हा कॅशियरच्या हाकेच्या टप्प्यात उभं राहावं लागतं.

काही वर्षांपूर्वी आमच्या बँकेनं तांत्रिक प्रगतीच्या मार्गावर प्रचंड झेप घेतली. म्हणजे बिल्ल्यांवरले नंबर दाखवणारा 'इंडिकेटर' कॅशियरसमोर लावण्यात आला. बँकेच्या कुठल्याही कोपऱ्यात उभं राहून इंडिकेटरवर टक लावायची, हे एक मोठं कामच होऊन बसलं. तरी पण तसं ते सोयीस्कर होतं. आपला नंबर आला की, बिल्ल्याकडे पुन: पुन्हा पाहून खात्री करून घ्यायची व तीरासारखं कॅशियरच्या रोखानं धावत सुटायचं. एवढं केलं की, (आपलेच) पैसे झटदिशी हातात पडायचे! पण आमच्या तांत्रिक प्रगतीबद्दल काय सांगायचं? दिवसातून दहादा टेलिफोनवर 'रॉंग नंबर' आणि टी.व्ही. वर 'व्यत्यय' – या तांत्रिक ज्ञानाच्या पार्श्वभूमीवर आमच्या बँकेतला 'इंडिकेटर' तीन-चार महिने सुरळीत चालला, हेच आश्चर्य! रेल्वे स्टेशनवरल्या घड्याळाप्रमाणं तो बंद पडला व त्याच्या तोंडावर दोन आडव्या पट्ट्या लावण्यात आल्या. त्या दोन-चार वर्षं झाली, तरी तशाच आहेत! तर पुन्हा कॅशियरच्या हाकेच्या टप्प्यात उभं राहायची पाळी! कॅशियरच्या खिडकीजवळ गर्दी करायची नाही, हा सक्त इशारा. आपण उभं राहून कंटाळलो, अर्धा तास उलटून गेला, तरी कॅशियरकडे चौकशी केल्यावर तो शांतपणे म्हणायला तयार,

"सत्तावन नंबर? पंधरा मिनिटांपूर्वीच मी नंबर पुकारला."

"पण मला ऐकू कसा नाही आला?"

कॅशियर मराठी माणूस! माझ्या दोन्ही कानांकडे पाहत छद्मी हास्य! (जरा

कान तपासून घ्या, असा ध्वन्यर्थ!)

एकदा घाईघाईनं पैसे काढायला गेलो. पैशांची फार निकड होती. थांबायला वेळ नव्हता. पण नेहमीप्रमाणं अर्धा तास थांबायची तयारी केली. अर्धा तास उलटून गेला, तरी कॅशियरचं प्रेमळ आमंत्रण नाही! विचारलं तर; नंबर आला, म्हणजे ओरडतो की तुमच्या नावानं! असं नम्र उत्तर! तासभर थांबल्यावर मी चिडलो.

"काय प्रकार आहे?" मी तक्रार केली.

"तुमचा बिल्ला नंबर किती?"

"अहो, एकशे अकरा म्हणून कितीदा सांगितलं."

"नंबर एकशे अकरा," तुरुंगातल्या कैद्याला बोलावतात, तसा आवाज कॅशियरनं काढला, "तुम्हाला आत बोलावलंय!"

मी आत गेलो. हो चि मिन्ह टाईप दाढी ठेवलेल्या ऑफिसरला भेटलो.

"तुमचं नाव काय म्हणालात?" त्यानं डोळे बारीक केले. मला आपादमस्तक न्याहाळलं. डोळे बारीक केल्यामुळे तो हुबेहूब हो चि मिन्हसारखा दिसायला लागला, हे जाता जाता नमूद केलं पाहिजे!

"माझं नाव ना? केयूर साठे–'

"खरं सांगा–" तो दरडावून म्हणाला.

'वॉट डू यू मीन, हो चि मिन्ह?' मी मनातल्या मनात म्हटलं. मग मोठ्यानं म्हणालो,

"माझं खरं नाव केयूर साठे आणि मला खोटं नाव नाही!"

"खोटं नाव नसेल... पण तुम्हाला खोटं बोलता येतं, असं दिसतं!"

"फालतू गप्पा नकोत. तुम्हाला काय म्हणायचंय, ते स्पष्ट सांगा!" मी चिडलो.

"ही सही कुणाची?" माझा चेक मला दाखवीत हो चि मिन्हनं विचारलं.

"अर्थात माझी!"

"पण आमच्याकडे नमुन्याच्या सह्या आहेत, त्यांच्याशी ही जुळत नाही ना!"

"अहो, पण मी जरा घाईत होतो. कदाचित वळण चुकलं असेल!"

"असेल, पण आमचा नाइलाज आहे, मिस्टर."

"केयूर साठे–"

"मी तसं म्हणणार नाही, शब्दांत सापडणार नाही. तर, मिस्टर, जे असाल ते, तुम्हाला पैसे मिळणं शक्य नाही!"

"पण मी केयूर साठेच आहे. ही सही माझी आहे."

"ते तुम्हाला सिद्ध करावं लागेल!"

"कसं सिद्ध करायचं?"

"तुम्हाला दोघांची ओळखपत्रं आणावी लागतील. ओळखपत्रं म्हणजे तुम्हाला ओळखतात आणि केयूर साठे या नावानं ओळखतात, अशी दोन शिफारसपत्रं आणावी लागतील!"

"अहो, पण ती सुबक ठेंगणी- आय मीन- काऊन्टरवरल्या त्या बाई, तो उद्धट- म्हणजे तसा नम्र आहे तो- पण कधीकधी उद्धट वागतो, तो कॅशियर- सगळी मला ओळखतात."

"तुम्ही त्या मुलीला व कॅशियरला चांगलेच ओळखताय असं दिसतं; पण मिस्टर-"

"केयूर साठे."

"सॉरी! तर मिस्टर, आमच्या ऑफिसमधलं कुणी चालणार नाही. बाहेरच्या माणसानं तुम्हांला सर्टिफिकेट दिलं पाहिजे."

"कुणीही चालेल?"

"ते या बँकेचे खातेदार असले पाहिजेत."

मी आधीच घाईत होतो, चडफडत बाहेर आलो. मित्रांकडून पैसे उसने घेतले आणि माझ्या कामाला गेलो; पण या सगळ्या प्रकरणात दोन अडीच तास मोडले! पुन्हा डोकं तापलं, ते वेगळंच!

बँकेत तापदायक गोष्टी सारख्या घडत असतातच. एवढ्यानं काय झालंय? एकदा मी आठशे रुपयांचा चेक देऊन कॅशियरच्या हाकेच्या टप्प्यात नेहमीसारखा उभा राहिलो. पंधरा एक मिनिटांनी माझा बिल्ला नंबर पुकारला. एवढ्या लवकर लक्ष्मी कशी प्रसन्न झाली, याचं मनातल्या मनात आश्चर्य करीत असतानाच, ध्यानात आलं की, आवाज कॅशियरच्या बाजूनं आला नसून काऊंटरच्या बाजूनं येतोय! शिवाय आवाज मर्दानी नसून जनानी आहे...

"काय झालं आज?" मी बॉबकटवाल्या मुलीला त्रासिक स्वरात विचारलं, "सही-बिही सगळं ठीक आहे ना?"

"सहीचं काही विशेष नाही हो-"

"सहीचं विशेष नाही? त्या दिवशी या हो चि मिन्हनं मला इतकं दमवलं, जेवढं त्या हो चि मिन्हनं अमेरिकेला दमवलं नसेल!"

"हो चि मिन्ह? गुड जोक!" ती खिदळली. मग गंभीर होत म्हणाली, "तुम्ही कितीही चांगला विनोद केलात, तरी बँक आपल्या पदरचे तुम्हाला पाचशे रुपये देणार नाही."

"म्हणजे काय? ससंदर्भ स्पष्टीकरण करा!"

"तुम्ही मराठीचे प्राध्यापक आहात वाटतं?"

"हो!"

"वाटलंच! तर प्राध्यापक महाशय, तुम्ही चेक कितीचा काढलाय?"

'आठशेचा."

"पण तुमच्या खात्यात फक्त तीनशे वीस रुपये सत्तर पैसे शिल्लक आहेत."

"शक्य नाही!"

"शक्य काय नाही?" खी खी खी!

"उगाच हसू नका! मी आठ दिवसांपूर्वी सहाशेचा चेक भरलाय!"

"कुठला? मुंबईचा?"

"नाही, पुण्याचा."

"आय सी! पुण्याच्या बँकेवरला चेक ना! पंधरा दिवस लागतात कमीत कमी!"

"पुण्याहून पैसे यायला पंधरा दिवस? अरे, माझा चेक घेऊन इथून सांडणीस्वार निघाला असता ना, तरी रक्कम घेऊन चार दिवसांत आला असता!"

"खी खी खी! गुड जोक! बाय द वे, सांडणीस्वार म्हणजे काय हो!"

"सांडणीस्वाराचा अर्थ तुम्हाला ठाऊक नाही?"

"खरंच नाही!"

"मग गुड ज्योक म्हणून खी खी खी काय करत होता तुम्ही?"

बॉबकटवाली चांगलीच वरमली.

पण माझी बाजू लंगडी! माझ्या तिजोरीची चावी तिच्या हातात! मला मुकाट्यानं आठशेचा चेक फाडून दोनशेचा चेक लिहावा लागला. मी तीनशेचा चेक लिहिणार होतो, पण खात्यात कमीत कमी शंभर ठेवले पाहिजेत, हा नियम तिने ठणकावून सांगितला. कदाचित मी तिला टोमणा मारला नसता, तर तिनं तीनशे रुपये काढायची परवानगी दिली असती.

पण त्या बॉबकटवाल्या मुलीनं संधी मिळाली, तेव्हा आपल्या अपमानाचा बदला घेतलाच!

मला पैशांची फार निकड होती (तशी ती नेहमीच असते; पण महिना संपत आला की, ती अधिक तीव्र होते). मला जबरदस्त सर्दी झाली होती; आवाज बसला होता; पण अक्षरशः औषधाला माझ्यापाशी पैसे नव्हते! अखेरीस बँकेची पायरी चढणं भाग होतं.

मी बँकेत आलो आणि चेकवर आकडा लिहिण्यापूर्वी किती पैसे खात्यात शिल्लक आहेत, याचा शोध घेण्याचा प्रयत्न केला. नेहमीप्रमाणं माझा अंत पाहायला काऊंटरवर ती बॉबकटवाली मुलगी!

मी मृदू स्वरात विचारलं,

"माझ्या खात्यात किती बॅलन्स आहे, हे कृपया सांगाल का?"

"तुमचं पासबुक कुठं आहे?"

"पासबुक?"

"हा, त्यावर लिहिलेले असतात सर्व डिटेल्स."

"ते ठाऊक आहे मला!" माझं लक्ष आजूबाजूला होतंच. हाय दुर्दैवा! कॉलेजमधल्या मुलींचं एक टोळकंच्या टोळकं आत घुसलं आणि माझ्याभोवती उभं राहिलं. नाजूक शिंपल्यांमधोमध एखादा शंख असावा– असो, असो!

"किती महिने पासबुक भरलं नाही?" आता बॉबकटवाल्या मुलीला आणखी चेव आला.

"झाले तीन-चार महिने."

"यापुढं नेहमी पासबुक आणत चला."

"बरं, माझे आई, आता बॅलन्स तेवढा सांग."

बॉबकट बॅलन्स पाहीपर्यंत मी आमच्या विद्यार्थिनींशी 'हॅलो' वगैरे केलं. जुजबी गप्पा मारल्या. सहा मुलींपैकी एकीचं खातं बँकेत होतं. आंतरमहाविद्यालयीन थाळीफेक स्पर्धेत त्या मुलीचा तिसरा क्रमांक थोडक्यात हुकला होता. त्या आनंदाप्रीत्यर्थ (तिसरा क्रमांक हुकला म्हणून आनंद नव्हे थोडक्यात हुकला. म्हणून आनंद!) ती मुलगी आपल्या मैत्रिणींना खाऊपिऊ घालणार होती. एवढ्या मुलींनी बँकेवर स्वारी करण्यामागं प्रयोजन हे होतं!

"किती पैसे काढणार गं, तू?"

"पन्नास रुपये पुरते ग! मसाला दोसा, सँडविचेस आणि आईस्क्रीम– किती पैसे लागतील गं?"

"एकशे तीन रुपये पन्नास पैसे!" बॉबकट ओरडली.

"अय्या, एवढे पैसे लागतील?"

"खी खी खी! अहो मी तुमच्या सरांचा बॅलन्स किती आहे, ते सांगितलं." बॉबकट.

"किती बॅलन्स म्हणालात?" मी विचारलं.

"एकशेतीन रुपये पन्नास पैसे!"

"पण तुम्ही हा आकडा ओरडून सांगण्याऐवजी कागदावर लिहून–" मी

खाली वाकून खाजगी आवाजात म्हणालो.

"काही फरक पडला नसता. बॅलन्स तेवढाच राहिला असता." खी खी खी!

मी हळूच भोवती पाहिलं. लिपस्टिक लावलेल्या कोवळ्या ओठांचे सहा चंबू आश्चर्य व्यक्त करीत असलेले मला दिसले.

"त्याचं काय झालं, या महिन्यात खूप पाहुणे आले माझ्या घरी. त्यामुळे खर्च वाढला. साहजिकच खात्यात शिल्लक कमी."

"अहो, पण हे तुम्ही मला का सांगताय?"

बॉबकटवाल्या मुली बिनबॉबकटवाल्या मुलींपेक्षा दुष्ट असतात, असा माझा अनुभव आहे!

"नाही, आपलं सांगितलं." मी गुळमळत उत्तरलो.

"प्रोफेसर महाराज, आमच्या बँकेत हजारो कस्टमर्स आहेत. त्यातल्या निम्म्या लोकांचा बॅलन्स तुमच्यासारखा पुअर असेल. त्या सर्वांकडून मी बॅलन्स कमी असण्याची कारणं शोधत बसले, तर–"

"हे पहा, बाई", माझी एक विद्यार्थिनी तीव्र स्वरात म्हणाली, "फालतू गप्पा नकोत! सरांना किती पैसे काढायचेत, ते विचारा. तेवढे पैसे द्या."

आपल्याला 'बाई' म्हटल्याचं त्या बॉबकटला नाही म्हटल्या लागलंच!

"तुमच्या सरांना तीन रुपये पन्नास पैसे काढता येतील!"

"अय्या! तीन रुपये पन्नास पैसे?" एक विद्यार्थिनी.

"तेवढ्या पैशात थ्री इन वन् आईस्क्रीमसुद्धा मिळणार नाही!" दुसरी.

"ठीक आहे. मी दुसऱ्या बँकेतून पैसे काढतो." मी धोरणीपणानं म्हटलं.

"तुमचा आणखी कुठं अकाऊंट आहे?" बॉबकट नरमाईच्या सुरात.

"हो, आहे ना! कांदिवलीला जागा घेतली. तिथं घराजवळच्या बँकेत मी खातं उघडलंय. सोयीचं पडतं." मी विद्यार्थिनींवर पुरेशी छाप पाडली होती.

"कुठल्या बँकेत?"

"हे– आपलं–तुमच्याच बँकेत–तुमच्या बँकेची कांदिवलीला शाखा आहे ना, तिथं!"

"आमच्या बँकेची कांदिवलीला ब्रँच नाही! काल संध्याकाळपर्यंत तरी नव्हती. आज उघडली असेल, तर ठाऊक नाही!" खी खी खी!

खरं म्हणता, राष्ट्रपतींनी खास वटहुकूम काढून बँकेत महिलांची भरती करण्यावर बंदी घातली पाहिजे! कुठं काय बोलावं, याचा पोच बायकांना नसतो, हे जगजाहीर असताना असा वटहुकूम आजपर्यंत निघू नये, ही खेदाची गोष्ट म्हटली पाहिजे!

बी. ए. ला मराठी घेणाऱ्या मुलींनी वर्गणी काढून त्या दिवशी दुपारी मला पंचावन्न रुपयांची रोकड दिली, या गोष्टीला जबाबदार कोण?

बॉबकटला मी दोष देत नाही. मूलत: बँक ही संस्था बेभरवशाची आहे.
पण आमच्या चिरंजीवांना हे मत मान्य नाही!
कालचीच गोष्ट.
सौभाग्यवतीनं काल तीस तारीख असूनही माझ्याकडे पन्नास रुपये मागण्याचं अपूर्व धाडस केलं. मी तिला निक्षून सांगितलं,
"हे पहा, माझ्याकडे एक दमडाही नाही. सगळा खडखडाट आहे!"
चिरंजीव ब्रूसलीचा फोटो पाहण्यात मग्न होते. शांतपणे त्यांनी मला सल्ला दिला,
"हात्तिच्या! पप्पा, सोपं आहे!"
"काय सोपं आहे?"
"तुमच्याकडे पैसे नाहीत, तर तुम्ही बँकेकडे का नाही जात? बँक तुम्हाला वाटेल तेवढे पैसे देईल! बँकेकडे भरपूर पैसे असतात, म्हणे!"
तर चिरंजीवांचा पप्पांपेक्षा बँकेवर अधिक भरवसा!
आता या कर्माला काय म्हणावं?

◆◆◆

१२

सखी शेजारिणी, तू हसत रहा

रविवारचा दिवस म्हणजे जसा दाढी न करण्याचा, अंघोळीची गोळी घेण्याचा दिवस, तसा तो घरातली साफसफाई करण्याचा दिवस. भल्या सकाळी नऊ वाजता उठून मी 'स्वच्छता दिन' साजरा करीत होतो. अंगात मिनी पँट आणि मिनी शर्ट ऊर्फ बनियन, हातात झाडणी घेऊन बाल्कनीच्या काचा झटकत असताना सहज समोर नजर गेली.

...केस विंचरीत असलेली एक अनोळखी तरुणी भयचकित दृष्टीनं माझ्याकडं पाहत होती. एखादं लहान मूल माकडाचा खेळ ज्या तऱ्हेनं पाहतं, त्या तऱ्हेनं.

एखाद्या कॅबेरे डान्सरच्या अंगावर शोभेल, एवढाच पोशाख माझ्या अंगावर असल्यानं मी बाल्कनीतून तातडीनं स्वयंपाकघरात आलो. सुषमा महिलांच्या मासिकातील 'रुचिवैभव' किंवा तत्सम सदर वाचून रविवारच्या मुहूर्तावर नवऱ्यावर कुठल्या पदार्थाचा प्रयोग करावा, हे ठरवत होती. मला पाहून ती 'खी खी' हसू लागली. हे तिचं ठेवणीतलं हास्य. याचा उपयोग ती जरूर तेव्हाच करते.

"हसायला काय झालं?" मी रागानं विचारलं.

"तुमचा अवतार कसा दिसतो. सांगू? रणांगणातून पळून आलेल्या डरपोक योद्ध्यासारखा!"

वर पुन्हा खी खी.

मी तिच्या छद्मी की काय म्हणतात, तसल्या हास्याकडं सोयीस्करपणे दुर्लक्ष करीत विचारलं,

"सुषमा, आपल्या शेजारच्या ब्लॉकमध्ये कुणी आलंय?"

"अय्या! चार दिवस झाले, एक जोडपं आलंय. राजा-राणीचा संसार आहे."

"राजाला मी पाहिलं नाही. पण राणीला पाहिलं."

"छान आहे नाही दिसायला?"

"सुषमा, तिच्या दिसण्याशी मला काय करायचंय? आता रंभा, मेनका, मिस इंडिया– सगळं काही माझ्या दृष्टीनं तूच! तर मी बाल्कनीत साफसफाई करत असताना ती माझ्याकडं रोखून पाहत होती. दुष्टपणानं गालांत हसत होती, असाही मला संशय आहे!"

सुषमानं मला गंभीरपणे आपादमस्तक न्याहाळलं. मग ती म्हणाली,

"साफसफाई चालू ठेवा; पण शर्ट-पायजमा घातलेला बरा! म्हणजे तुम्ही कमी बावळट दिसाल!"

शेवटचं वाक्य न ऐकल्यासारखं करीत मी शर्ट-पायजमा चढवला व पुन्हा कामाला लागलो. आता मात्र ती 'सखी शेजारीण' दिसत नव्हती. कशाला दिसेल! आता माझा अवतार 'प्रेक्षणीय' नव्हता ना!

संध्याकाळी आमचा सहकुटुंब सहपरिवार सिनेमा पाहण्याचा कार्यक्रम होता. बसनं जायचं म्हणून लवकरच निघालो होतो. मी छोटूला घेतला होता. वैशाली सुषमाबरोबर होती. गोट्या माझं बोट धरून मुकाट्यानं चालत होता. (सरकारच्या 'दो या तीन' बाहेर मी नव्हतो, हे गणित जाणणाऱ्या चाणाक्ष वाचकांच्या ध्यानात आलं असेलच!). कॉलनीच्या बाहेर पडताना सुषमानं दुपटी, दुधाची बाटली आदी वस्तूंनी भरलेली पिशवी हळूच माझ्या हातात ठेवली. मग तिनं मला बातमी दिली,

"तुम्ही राणीला पाहिलं. राजाला पाहायचंय का? गॅलरीत उभा आहे."

मी चमकून मागं पाहिलं. टाय घातलेला एक रुबाबदार तरुण आणि 'सखी शेजारीण.' त्या तरुणाचं लक्ष आमच्याकडं नव्हतं. ती मात्र आमच्याकडं पाहत होती. मग तिनं कोपरानं ढोसलं आणि काहीतरी हळूच सांगितलं. 'बघितलं का ते लटांबर?' यासारखं काहीतरी ते असावं. एवढा अंदाज येण्याइतका मी चतुर होतो! मग दोघंही हसू लागली. तो काही तरी म्हणाला आणि तिनं डोळे वटारून त्याच्याकडं पाहिलं.

या गडबडीत गोट्या रस्ता ओलांडून एकटाच पलीकडं जाऊ लागला.

'गोट्या, सावकाश' म्हणत मी पुढं धावू लागलो. दरम्यान माझ्या 'कडेवर' असलेल्या छोट्यानं दुपट्यांच्या गर्दीतून बिस्किटाचा पुडा शोधून काढला होता आणि सिनेमाच्या 'मध्यंतरा'साठी राखून ठेवलेला तो खाऊ त्यानं निम्माअधिक संपवून टाकला होता. छोट्याला एक धपाटा घालून गोट्याच्या मागं धावताना सुषमाचं ओरडणं कानी आलं, ''अहो– अहो– दुपटी पडली की रस्त्यावर! काय बाई, तरी अजागळपणा!''

आता पाच वर्षांच्या मुलामागं धावत असताना, कडेवरच्या तीन वर्षांच्या मुलाची रसद तोडत असताना, दुसऱ्या हातातल्या पिशवीतली दुपटी सीतेच्या दागिन्याप्रमाणं रस्त्यावर गळत राहावीत, यात माझा अजागळपणा कसला? बरं, या सर्व प्रकाराला व्यक्तिश: माझी हरकत नव्हती. कारण याहून अधिक गोंधळ मी निस्तरले होते! परंतु दुःख एवढंच होतं. की, 'सखी शेजारीण'वरून सगळं न्याहाळत होती. तिच्या त्या विकट हास्यानं कमाल मर्यादा गाठली असावी– कारण 'काय. बाई, तरी अजागळपणा' हे सुषमाचे माझ्याविषयीचे विदारक उद्गार तिनं नेमके ऐकले असणार! रस्त्यावरची दुपटी गोळा करताना वर नजर करून पाहण्याची माझी हिंमत झाली नाही!

दोन दिवसांनी रात्री मुलांची निजानीज झाल्यावर सुषमा माझ्याजवळ आली. ''आज शेजारची वर्षाताई आली होती.''

''ओ आय सी! पण ती तर नेहमीच येते ना?'' मी हातातला 'जेम्स बाँड' बंद करून म्हटलं.

''नेहमीच येते खरी; पण आजची गंमत सांगते ना! आज नवऱ्याचं अगदी कौतुक चाललं होतं. शेखर घरचं काहीसुद्धा काम करत नाही, म्हणे! नुसता गॅलरीतला दिवा 'ऑफ' करायला सांगितलं, तर 'आणखी काही नको का?' म्हणतो, म्हणे! भाजी आणायला दोघं गेली, तर पिशवीसुद्धा धरत नाही शेखर, असं सांगत होती!''

''वा, वा! आपण हारतुरे आणून तिच्या त्या शेखरचा सत्कार करू या, म्हणे!'' मी कुत्सितपणे म्हणालो.

''मला आपल्या घरी आग्रहानं घेऊन गेली. मी सहज म्हटलं, तुम्ही ब्लॉक छान ठेवलाय, बरं का. तर मग झालं तिचं सुरू शेखरपुराण! आमच्या शेखरला सगळं कसं जिथल्या तिथं पाहिजे. जमिनीवर एक कागदाचा बोळा पडलेला असला, की संतापतो आणि भिंतीवर चुकून कुठं ओरखडा असला, की चिडतो! शिस्तीचा तो भोक्ता आहे. व्यवस्थितपणाचा आणखी कोणीतरी आहे!''

मी सहज खोलीभर नजर फिरवली. भिंतीवर गोट्यानं चित्रकलेचे पहिले पाठ

गिरवलेले दिसत होते. एका तळ्यात कावळा, मासा आणि मोटार गुण्यागोविंदानं एकत्र नांदताना दिसत होती! कोपऱ्यात दुपट्ट्यांची चळत अस्ताव्यस्तपणे विखुरली होती. छोट्यानं सकाळीच माझी पेनच्या शाईची दौत फोडली होती. शाईचा भलामोठा डाग जमिनीवर दिसत होता. बाहेरच्या खोलीत याच प्रकारची सुधारलेली आवृत्ती असणार, हे बेडरूममध्ये बसून ओळखता येत होतं. वर्षाबाईचे नवऱ्याच्या शिस्तीसंबंधीचे उद्‌गार आम्हाला उद्देशून होते, यात तिळमात्र शंका नव्हती!

तेवढ्यात किचनमध्ये जाऊन परत आलेली सुषमा सांगू लागली,

"आणि बरं का हो–"

"अजून तुझं ते वर्षाकौतुक आणि शेखरपुराण चालू आहे काय? त्यापेक्षा मी जेम्स बाँडनं शत्रूचा कसा काटा काढला, हे वाचणं अधिक पसंत करीन! आणि बाय द वे, तिनं माझ्या टेबलावरली डिटेक्टिव्ह पुस्तकं पाहिली असतीलच! ती म्हणाली नाही का, आमचा शेखर असली पुस्तकं वाचत नाही. उच्च दर्जाची पुस्तकं वाचतो."

"अय्या-अगदी बरोबर! तुम्हाला कसं कळलं?"

आमच्या शेजारणीचा तौलनिक अभ्यास चालू होता आणि सुषमा हळूहळू पण निश्चितपणे तिला सामील होत होती, हे मी पाहत होतो. तिचा नवरा बँकेत ज्युनियर ऑफिसर होता आणि लग्न होऊन एक वर्ष झालं होतं. त्या दोघांचा प्रेमविवाह होता, म्हणे! आश्चर्याचा जबरदस्त धक्काच बसला! सुषमानं माझ्यासारख्याला कसं पसंत केलं, याबद्दल तिला नवल वाटत असावं, अशी दुष्ट शंका मला आली. माझ्या मानानं सुषमा तरुण दिसते. मी चार मुलांचा बाप दिसतो. सुषमा अजून बिनलग्नाची वाटते. अजून तिला कुणाला दाखवली, तर कुणीही तिला हसत पसंत करील, यासारखे फालतू तपशील तिनं सुषमाच्या मनात का भरवून द्यावेत, मला कळेना.

त्यात दुर्दैव असं की, वर्षाबाई मला मी अडचणीत असताना खिंडीत गाठायची! ऑफिसातून येताना पिशवी न्यायला विसरल्यामुळं मी दोन्ही हातांत दोन नारळ घेऊन येत असताना नेमकं तिनं मला का पाहावं? गोट्या आणि छोट्या यांना पाठीवर बसवून घोडा घोडा करीत असताना मी घसरून उताणा पडलो, त्या वेळी अचूक ती बाल्कनीत का उभी असावी! 'बाबा, तुम्हाला काहीसुद्धा कळत नाही' हे गोट्याचे माझ्याविषयीचे अनुदार उद्‌गार तिच्या कानी का जावेत?

बाल्कनीला पडदा लावून काम भागण्यासारखं नव्हतं. शेजाऱ्याशी राजनैतिक संबंध तोडून टाकावेत, असे मुत्सद्देगिरीचे विचार माझ्या मनात येत होते. या बहिष्कारात सुषमा आपखुशीनं सामील होईल, असा रंग दिसत नव्हता.

एकदा मी बाहेरचं काम आटोपून साडेनऊला घरी आलो. मुलं अजून जेवायची होती. सुषमा अजून पोळ्या करत होती. वास्तविक मुलांचं जेवण आठ वाजता झालं पाहिजे, अशी माझी सक्त ताकीद होती; पण साडेनऊ वाजले, तरी अजून स्वयंपाक संपलेला नाही, हे पाहताच मी संतापलो.

''वेळेची तुला पर्वा आहे का? वाजले किती? घड्याळाकडं पाहण्याची सवय का ठेवत नाहीस तू? गेलीस होतीस कुठं तू बाहेर कमाई करायला?'' प्रत्येक प्रश्नागणिक माझा आवाज वरची पट्टी गाठत होता.

''मी शेजारी गप्पा मारत बसले होते. वेळेचं भान राहिलं नाही!'' तव्यावरची पोळी परतवीत सुषमा शांतपणे म्हणाली.

तिनं सांगितले निमित्त व तिचा शांतपणा– या दोन्ही कारणांमुळं मी अधिकच चिडलो. आवाज आणखी चढवून हातवारे करीत मी तिला बजावलं,

''सुषे, तुला सांगून ठेवतो, यापुढं त्यांच्याकडे आठ-आठ वाजेपर्यंत गप्पा ठोकीत बसलीस, साडेनऊपर्यंत मुलांची जेवणं झाली नाहीत, तर-तर–'' माझ्या तोंडून शब्द उमटेना. साखळदंडानं बांधलेल्या, चवताळलेल्या हत्तीप्रमाणं मी जागच्या जागी फुरफुरू लागलो. माझे हातवारे बघून गोट्या किंचाळू लागला आणि माझी भिंतीवरील भयानक सावली बघून छोट्या आक्रोश करू लागला. वैशाली पाळण्यातल्या पाळण्यात हात-पाय झाडून कर्कश स्वरात रडू लागली.

तेवढ्यात उघड्या दारातून वर्षाबाई धावत आली. तिच्या हातात भली मोठी काठी होती. मला पाहताच ती दचकून थांबली– माझा छोट्या चड्डीतला अवतार तिनं बारकाईनं न्याहाळला व मग ती एकाएकी खो खो करून हसू लागली.

''तु- तुम्हाला, ह– हसायला काय झालं?'' संतापानं मी विचारलं.

''अय्या– म्हंजे– तुम्हीच होय! मला वाटलं, कुणी मवाली घरात घुसलाय! मी काठीसुद्धा घेऊन आले!''

''रागावले की ते मवाल्यासारखेच दिसतात, वर्षाबाई!'' सुषमा स्थितप्रज्ञ माणसाच्या थाटात पाटपाणी घेत म्हणाली.

''शेखरला मी पिस्तुल आणायला सांगितलंय.''

''पिस्तुल!'' मी थरथरा कापत विचारलं– घाबरून नव्हे– संतापानं.

''म्हंजे आपलं खेळातलं, हो! मवाल्याला घाबरवून सोडायला!'' आणि पुन्हा ती खो खो हसू लागली. मनात आलं, तिच्या हातातली काठी ओढून घ्यावी आणि तिला यथेच्छ...

सुषमा वर्षाकडं कौतुकानं पाहत म्हणाली,

''वर्षाताई, आता धावपळ नाही बरं करायची! आमच्या घरी कुण्णी येत

नाही! हे असताना मवाली कशाला येतील? हे एकटे पुरे आहेत की! तुम्ही मात्र आता प्रकृतीची काळजी घ्या.''

''इश्श!'' वर्षाबाई म्हणाल्या आणि काठी घेऊन धीम्या गतीनं बाहेर गेल्या. नंतर बराच वेळ वर्षा व शेखर यांचं मजल्या मजल्यांनी वाढत जाणारं हसू आमच्या कानी पडत होतं.

सुषमा शांतपणे जेवत होती आणि मी मात्र खजील होत होतो. 'मी आणि शेखर– कध्धी कध्धी भांडत नाही,' असं ती उद्या सुषमाला सांगणार, यात शंका नव्हती!

यानंतर महिनाभरात आमची शेजारीण माहेरी गेली. बाल्कनीत हसत उभी असणारी आणि नेमक्या वेळी अचूक टपकणारी सखी शेजारीण तीन-चार महिन्यांच्या हक्काच्या सुट्टीवर रवाना झाली होती. खरं सांगायचं म्हणजे सुषमापेक्षा वेगळ्या अर्थानं मलाच चुकल्या चुकल्यासारखं झालं!

चार-पाच महिन्यांनंतर ती परत यायच्या सुमारास आम्ही दोन महिन्यांसाठी कोकणात गेलो. त्यामुळे विरहाचा काळ अधिक लांबला.

राजापूरहून मुंबईला परतलो आणि आजूबाजूची हालहवाल काय आहे, याचा अंदाज घेण्यासाठी मी बाल्कनीत आलो.

पांढरी पँट वर खोवून शेखर ओल्या फडक्यानं बाल्कनीची जमीन पुसत होता. तेवढ्यात आतून हाका येऊ लागल्या,

''शेखर, ए शेखर, ऐकू येत नाही का तुला? की कान फुटले?''

–आणि हाकेमागोमाग दस्तुरखुद्द वर्षाबाई शेखरच्या पुढ्यात उभी राहिली.

''अरे, तुला कितीदा सांगायचं, बाळाला घे म्हणून! ते शेजारचे सुषमाताईंचे मिस्टर बघ सर्व कसं व्यवस्थित–''

तेवढ्यात वर्षाबाईंची माझ्याकडं नजर गेली. जीभ चावून त्या आत पळाल्या. बिचारा शेखर मात्र एकाग्रतेनं साफसफाईचं काम करीत होता.

मी सुषमाला हाक मारली,

''ए सुषमा, बाहेर ये ना– आता हसत राहण्याची वेळ तुझ्यावर आलीय.''

◆◆◆

१३

रॉबिन उकिडवे

ऑफिसचं काही महत्त्वाचं काम होतं. त्यासाठी मी सांगलीहून आठ दिवसांसाठी मुंबईला आलो होतो. माझा बालमित्र शरद उकिडवे पेडर रोडवर राहत होता. एका प्रायव्हेट फर्ममध्ये बड्या हुद्द्यावर तो काम करीत होता. दोन-अडीच हजार मिळवत होता. बरीच वर्षं त्याच्याकडे गेलो नव्हतो. या वेळी त्याच्याकडं मुक्काम टाकावा, असं ठरवलं. सुखासीन जीवनामुळं शरदच्या अंगावर किती किलो चरबी चढली असेल, याचा मनाशी विचार करीत मी बेल दाबली.

एका दहा-बारा वर्षांच्या छोकऱ्यानं दार उघडलं.

त्याचा चेहरा बुलडॉगसारखा होता आणि आसपासचं जग तुच्छ आहे, असं स्पष्टपणे दर्शविणारी गुर्मी त्याच्या गुबगुबीत तोंडावरून ओसंडत होती. मी जणू काही पैसे मागायला आलो आहे, अशा दृष्टीनं माझ्याकडे पाहत तो गुरगुरला,

"कोण पाहिजे आपल्याला?"

या प्रश्नात 'या वेळी का कडमडलात?' असा सूर निघत असल्याचं मला जाणवलं.

मी उलट प्रश्न केला,

"शरद उकिडवेचा मुलगा का तू?"

"हूं," तो उत्तरला.

"बाबा काय करतात तुझे?"

"बाबा! हूं! आय कॉल हिम डॅडी." मी जणू आताच मालवण किंवा रत्नागिरीच्या बोटीवरून आलो आहे, अशा दृष्टीनं मला आपादमस्तक न्याहाळीत तो म्हणाला.

"अच्छा! नाव काय तुझं?"

"रॉबिन–"

"रॉबिन? वा ! बरं, डॅडी कुठं आहेत?"

"दॅड ब्लडी बगर इज स्टिल स्लीपिंग!" कपाळावर उड्या घेणारे केस मानेला झटका देऊन त्यानं मागे फेकले.

जागच्या जागी इलेक्ट्रिकचा शॉक बसल्यासारखी मी एकदम उडीच मारली! जन्मदात्या तीर्थरूपाला 'ब्लडी बगर'? बाप रे! असला स्फोटक पदार्थ घरात असताना या शऱ्याला निवांत झोप लागते तरी कशी?

या उप्पर आई अथवा मम्मी काय करते, विचारण्याचा मला धीर झाला नाही.

मी सूटकेस सावरीत आत घुसलो आणि हाशहुश करीत दिवाणखान्यातल्या सोफासेटवर विराजमान झालो. माझ्याकडं संशयास्पद नजरेनं पाहत रॉबिन रेडिओग्रामकडे वळला. मग त्याने रेकॉर्ड्स लावायला सुरुवात केली.

त्यानंतर बराच वेळ रॉबिनचा धुडगूस चालू होता. 'आय ऑन सेव्हन्टीन' पर्यंत विविध गाणी त्यानं पुन:पुन्हा वाजवली आणि गाणाऱ्यांचा किंचाळणारा आवाज कमी पडतो, म्हणून आपणही मुक्त कंठानं साथ दिली. इंग्रजी गाण्यांच्या बाबतीत मी औरंगजेब असल्यानं कानांत बोटं घालून बसण्यावाचून दुसरा पर्याय नव्हता!

साधारणत: अर्धा-पाऊण तास हा प्रकार चालला होता. मग तो कंटाळून कुठंतरी गेला. तेवढ्यात शरद खाली आला. मला पाहून आश्चर्यानं तो म्हणाला,

"अरे! तू केव्हा आलास? आणि गृहस्था, मला उठवायचं नाही का?"

मग त्याला शुद्ध मराठीत माझा व रॉबिनचा सलामीचा संवाद कथन केला.

"काय? छोकरा स्मार्ट आहे की नाही माझा?"

"नुसता स्मार्ट? ओव्हर-स्मार्ट आहे! तुला फक्त ब्लडी बजर म्हणाला!"

"हे काहीच नव्हे! 'ब्लडी बास्टर्ड' म्हणायचा! 'दॅट ब्लडी बास्टर्ड हॅज गॉन टू दि ऑफिस!' वगैरे!"

"अरे बाप रे!"

"अरे बाप रे काय? तो काय आमच्या-तुमच्यासारखा आहे? अस्सल 'कॉन्व्हेन्ट प्रॉडक्ट' आहे!"

"नाव सुद्धा रॉबिन ठेवलंयस त्याचं!"

"तसं पाळण्यातलं नाव रवींद्र आहे रे; पण त्यानं स्वत:च बदललं! रॉबिन कसं शोभून दिसतं, म्हणाला."

दुसऱ्यांनी नावं ठेवण्याआधी स्वत:च स्वत:ला नाव ठेवणाऱ्या रवींद्र ऊर्फ रॉबिनची मला गंमत वाटली.

"तू अगदी योग्य वेळी पोहचलास! उद्या रॉबिनचा बर्थ-डे आहे!" माझ्यासाठी चहाची व्यवस्था करता करता शरद उकिडवे उद्गारला.

दुसऱ्या दिवशी दिवसभर रॉबिनच्या 'बर्थ-डे' ची तयारी चालू होती.

संध्याकाळी त्याचे फ्रेंड्स जमू लागले. त्यात बॉय-फ्रेंडपेक्षा गर्ल फ्रेंड्स जास्त होत्या. (कॉन्व्हेन्टमध्ये असंच असतं, म्हणे!)

हॉलच्या मध्यभागी टेबलावर मोठा केक होता. त्याच्यावर चिकटलेल्या बारा मेणबत्त्या रॉबिननं फुंकरीनं विझवल्या. सर्वांबरोबर मीही टाळ्या वाजवल्या व 'हॅपी बर्थ-डे टू यू' बोबड्या आवाजात म्हणू लागलो.

नंतर 'हेवी रिफ्रेशमेंट' झाली. रॉबिनच्या आणि त्याच्या फ्रेंड्सच्या गप्पा ऐन रंगात आल्या होत्या.

ही कॉन्व्हेंट प्रॉडक्ट्स बोलतात तरी काय, हे ऐकावं, या हेतूनं मी त्यांचं संभाषण एका बाजूला बसून ऐकू लागलो.

"अरे, आमचा याह्याखान सोडायला तयार नव्हता!" तीर्थरूपांना उद्देशून तो हे म्हणत असावा, हे कळण्याइतपत समज मला आता आली होती. "घरात कुणीतरी गेस्ट आले होते. त्यांच्याबरोबर म्हणे 'संपूर्ण रामायण' पाहायला जा!, आय् डोण्ट लाइक रामायणाज ॲण्ड महाभारताज! सिंपली ऑफुल! रोमान्स नाही, काही नाही!"

"मलाही मायथॉलॉजिकल स्टफ आवडत नाही!" एक गर्लफ्रेंड नाक फिस्कारत म्हणाली.

"येस, मॅन! त्यात किस नाही! इंग्रजी पिक्चर्स किती टॉप असतात. पाच पाच मिनिटाला एक किस! एका आण्याला एक किस पडतं," रॉबिन सांगत होता.

"एका आण्याला एक किस? व्हॉट डू यू मीन, रॉबिन?" दुसरी एक गर्लफ्रेंड चीत्कारली.

"यू डोन्ट अंडरस्टँड, मॅन! दीड रुपयाचं तिकिट काढलं आणि सिनेमात वीस-एक किसेस असले, तर आण्याला एक किस पडतं. सिंपल ॲरिथमॅटिक! परवा एक वॉर पिक्चर पाहिलं. अख्ख्या सिनेमात एक किस! भयंकर महाग पडलं पिक्चर!''

"दॅट रिमाइन्डस मी! काल मरीलिन मनरो दिसली पार्कमध्ये?''

"कोण? मिस डिसूझा? जॉग्रफी टीचर? पी.टी. सर होते की नाही तिच्याबरोबर?''

"तो रॉक हडसन ना? होता तर! मनरोचा तो तिसरा लव्हर!''

यावर त्यांच्या ज्या कॉमेंट्स सुरू झाल्या, त्या ऐकवेनात. मी तिथून मुकाट्यानं उठून दुसरीकडे गेलो. तेवढंच माझ्या हातात होतं!

रात्री जेवण झाल्यावर मी व शरद गप्पा मारत बसलो होतो. वडील माणसं बोलत असताना मुलांनी तिथं बसू नये, यासारखे अडाणी नियम कॉन्व्हेन्ट संस्कृतीत बसत नसल्यानं रॉबिन कान टवकारून आमचं बोलणं ऐकत होता.

मध्येच मी त्याला विचारलं,

"काय रे, रॉबिन? तुम्ही मुलींनासुद्धा 'मॅन मॅन' काय म्हणत होता?''

"ती आमची स्पेशल भाषा आहे. मुलीसुद्धा एकमेकांना 'यस मॅनकम मॅन' म्हणतात, नाही का रे, डॅडी?''

"आणि का, रे? वडिलांना 'अरे तुरे' म्हणण्याची ही पद्धत कुठं शिकलास तू?''

"अर्थात इंग्लिशवरून! इंग्रजीत नाही का 'यू' वापरत! फादरला यू आणि सर्व्हंटलाही यू! लक्षात ठेवायला सोपं!''

"ठीक, ठीक!'' मी विषय बदलीत म्हणालो, "काय रॉबिन? पुढं कोण होणार तू! इंजिनियर, डॉक्टर की पायलट?''

"मी? मी पॅट बून होणार!''

"पॅट बून? म्हणजे काय बाबा?''

यावर रॉबिन खो खो हसला (शरदही त्यात सामील झाला होता). मी सातारकडचा 'पाव्हणा' असल्याची त्याची खात्री पटली.

"पॅट बून हा तर नट आहे. गाणारा. ही इज ए ग्रेट सिंगर! तुमचं इंडियन सिंगर्स झक मारते त्याच्यापुढं!''

"तुमचे इंडियन? म्हणजे? तू कुठला रे?'' मी प्रश्न केला.

"मी अमेरिकेला जाऊन सेटल होणाराय! मला नाही आवडत इंडियात

राहणं! ब्लडी बॅकवर्ड कन्ट्री!''

शरदनं त्याला जवळ ओढून त्याच्या कपाळाचा कौतुकानं मुका घेतला!

दुसऱ्या दिवशी सकाळीच मी तिथून मुक्काम हलवून हॉटेलमध्ये राहायला गेलो, हे नमूद केलं पाहिजे!

♦ ♦ ♦

१४
❊

मोहन धूतपापेश्वरकर

आजकाल कुणीही उठतो आणि 'फॉरिन' ला जातो. मालाडहून बोरीबंदरला जावं, तसे लोक लंडन–न्यूयॉर्ककडे रवाना होत असतात. मुंबईतल्या एका हिंदी नटापुढं, विश्रांती घेण्यासाठी पुण्याला जावं की जिनेव्हाला, असा प्रश्न पडला होता, म्हणे! पुढारी लोकांचं तर काय सांगावं? ते मुंबईला जेवतात आणि आचवायला जातात रोमला– आणि पॅरिसमध्ये शँपेन घेऊन जी ताणून देतात, ते थेट उठतात वॉशिंग्टनला! त्यांचं एक सोडा. जनतेच्या कल्याणासाठी त्यांना जावंच लागतं. उद्या गोफणीनं पाखरं अचूक मारायचं शिक्षण घेण्यासाठी धोंडिबा खरात परदेशी रवाना झाला किंवा लेजीम वाजवण्या- संबंधीचं उच्च शिक्षण घेण्यासाठी मौजे ढालगावमधील पंधरा-वीस तरुण मंडळी शिकागोला गेली, तरी मला फारसं आश्चर्य वाटणार नाही.

प्रश्न तो नाही. कुणीही, केव्हाही परदेशी जावं. त्यांना परदेशी पाठवायला त्यांचे तीर्थरूप अगर त्यांचे पालक समर्थ असतात आणि त्यांना डॉलर्स-पौंड द्यायला रिझर्व्ह बँक तयार असताना आमच्यासारख्यांच्या पोटात दुखायचं काय कारण? पण माझा मित्र मोहन धूतपापेश्वरकर परदेशी जाऊन आल्यापासून मी परदेशी जाऊन येणाऱ्यांची धास्ती

घेतली आहे. त्यांच्यापासून चार पावलं दूर राहण्याची मी सतत काळजी घेत असतो.

त्याचं असं झालं–

एकदा मी नेहमीप्रमाणं इराण्याच्या हॉटेलात पाणी-कम चहा पीत बसलो होतो. तेवढ्यात मोहनची स्वारी आत शिरली. बराचसा सैल शर्ट आणि काऊबॉय छापाची तंग पँट असा त्याचा वेश होता. त्याच्या तोंडात सिगार होती व तिचे एक टोक तो दातांनी कुरतुडत होता. डोक्यावर रॉबर्ट टेलरछाप फेल्ट हॅट होती. एफ्. वाय. सायन्सला तीन-चारदा गचकलेला मोहन आपल्या 'ऑटोमोबाईल फर्म' तर्फे मेकॅनिक्सचा सहा महिन्यांचा कोर्स शिकून घेण्यासाठी अमेरिकेला गेला होता, हे मला माहीत होतं.

माझ्याकडे दृष्टी जाताच मोहन माझ्या टेबलाजवळ आला. 'हाय! हाऊ डू यू डू?' असं पुकारीत त्यानं खुर्चीवर अलगद बैठक मारली. खुर्चीवर जुईची फुलं पसरून ठेवली आहेत आणि ती चुरगळली, तर आपल्याला देहान्ताची शिक्षा होणार आहे, असा आविर्भाव त्यानं आणला होता.

"क्यू मदनमोहन, अमेरिकेहून कधी येणं झालं?" मी विचारलं.

"परवाच! बुटावर न्यूयॉर्कच्या धुळीची पुटं तशीच आहेत, असं म्हटलं असतं; पण अमेरिकेत गेल्यापासून मी माती अन् धूळ कुठं पाहिलीच नाही! चुकून दुधाची बाटली रस्त्यावर सांडली, तर सारं दूध बाटलीत भरून घ्यावं! दुधाच्या रंगात काही फरक पडायचा नाही!"

तेवढ्यात हॉटेलवरून एक कार चित्रविचित्र आवाज करीत निघून गेली. तिकडे पाहून मोहन उपरोधानं हसला.

"असल्या गाड्या तिथं फुकट दिल्या, तरी कुणी घेणार नाही! स्टेट्समध्ये हजारो ॲबण्डण्ड गाड्या पडलेल्या असतात!"

"काय रे, तिथं रहदारी चिक्कार असेल!"

"ट्रॅफिक? सिंपली टेरिबल! काय सांगू तुला? एकदा एका रस्त्यावर छोटासा अपघात झाला. गाड्यांची वीस मैल लांब रांग खोळंबून राहिली!"

"वीस मैल?" मी खुर्चीवरून उडालोच. वाहनांची मोठ्यात मोठी रांग पाहिली होती, ती पुण्याला गणपती-विसर्जनाच्या दिवशी, लकडी पूल ते फुले मार्केट ट्रक्सची रांग म्हणजे डोक्यावरून पाणी!

"अरे, मीच होतो सतराव्या मैलाजवळ! मी माझ्या एका गर्लफ्रेंडला भेटायला चाललो होतो. वायरलेसवरून कळलं, ती गर्लफेंडसुद्धा ट्रॅफिक जॅममध्ये अडकीलय! माझ्या गाडीपासून ती तेराव्या मैलावर होती! मग काय आम्ही दोघांनी ट्रॅफिक

क्लिअर होईपर्यंत वायरलेसवरून गॉसिपिंग केलं!''

मी हतबुद्ध होऊन उठलो आणि मोहनचा निरोप घेऊन घरी आलो.

दोन-चार दिवसांनंतर गिरगावातल्या एका पुस्तकाच्या दुकानातून एक मराठी कादंबरी खरेदी करून मी एकटाच निघालो होतो. इतक्यात मोहनची स्वारी सामोर आली.

''हाय, काय बेत? पुस्तक कसलं घेतलंस?''

''आहे एक मराठी नॉव्हेल. बक्षीस मिळालंय सरकारचं– तेव्हा म्हटलं, पाहू कशी आहे–''

''किती बक्षीस मिळालं?''

''दीड हजार रुपये...''

''दीड हजार? डॅमिट! स्टेट्समध्ये पुस्तकाच्या एका पानाला याहून अधिक पैसे मिळतात. तिथ दोन-तीनशे पानांची कादंबरी पब्लिशरच्या अंगावर फेकली की वीस-पंचवीस लाख डॉलर्स सहज मिळून जातात!

''काय म्हणतोस काय? एका कादंबरीला दीड दोन कोटी रुपये?''

''जास्तीच, पण कमी नाही!''

आणि मग स्टेट्समधील श्रीमंती, तिथले प्रचंड हायवेज, स्कायस्क्रेपर्स, यांची त्यानं स्तुती सुरू केली.

मला राहवलं नाही. मी तुच्छतेनं म्हणालो,

''काय रे एवढी तिथं श्रीमंती उतू जातेय्, मग चोऱ्या, दरोडे, खून यांचं प्रमाण एकसारखं का वाढतंय? पेन खिशात बाळगावं, तसं अमेरिकन माणूस रिव्हॉल्व्हर बाळगतो; ही काय भानगड आहे?''

''अरे, त्यातही मजा आहे! करेज आहे! एवढ्या नावाजल्या एफ.बी.आय.च्या हातावर तुरी देऊन अमेरिकन गुन्हेगार सहीसलामत निसटतात, याचं खरं कौतुक! आम्ही आपल्या भुरट्या चोऱ्याच कराव्यात. काय तर म्हणे, दोन रॉकेलचे डबे पळवले! नाही तर म्हणे, दीड रुपयावरूनच मारामारी. तिघे ठार! दरिद्री, करंटे लेकाचे!''

एकंदरीत खून-मारामाऱ्या करण्यातसुद्धा आपण मागासलेले, असा मोहनचा सिद्धांत होता. त्याच्याकडे साध्या हवापाण्याच्या गप्पा मारणं मुष्किलीचं होऊन बसलं होतं. तिथल्या कडाक्याच्या थंडीचं काय मोठंसं कौतुक करायचं! त्या थंडीत आमच्यासारख्या लोकांचा जीवच जायचा! पण त्यानं त्या थंडीचीच स्तुती सुरू केली. इतकेच नव्हे, तर त्या थंड हवेत आईस्क्रीमचे लपके पोटात रिचविणाऱ्या अमेरिकन मुलां-मुलींचं स्तुतिगान गायलाही त्यानं सुरुवात केली! भारतातील लोकांना दरोडे नीट घालता येत नाहीत आणि अमेरिकेत पडते तशी कडाक्याची थंडी

भारतात पडत नाही, याची मला बराच वेळ खूप लाज वाटत होती. खून-दरोड्याचं एक पाहता येईल; पण थंडीचं काय करायचं, हा मोठाच प्रश्न मला पडला!

काही दिवस मोहनची स्वारी मला आडवी गेली नाही.

एकदा तणतणत तो घरी आला. म्हणाला,

"काय तुझा तो सुरेश कामत? पक्का इंडियन! नो एटिकेट्स!"

"पण झालं काय?" मी पृच्छा केली.

"अरे, काल त्याच्या घरी गेलो होतो. जस्ट अ सोशल व्हिजिट! गप्पा मारत बसलो होतो. मिसेस कामतही होती तिथं. मी बोलताना दोन-तीनदा मिसेस कामतला 'माय डिअर लेडी' म्हटलं. सवयीचा परिणाम. माझ्या ते लक्षातच आलं नाही. सुरेश मला बाहेर मुद्दाम पोहचवावयास आला. चिडून मला म्हणाला, 'तुझ्या वहिनीला 'माय् डिअर लेडी' म्हणायला लाज नाही वाटतं?"

"मी म्हटलं, 'त्यात काय? मी जेव्हा अमेरिकेत होतो, तेव्ह मॅरिड बायकांना घेऊन डान्सलासुद्धा जायचो!' तर म्हणतो कसा 'हे न्यूयॉर्क नाही. घाटकोपर आहे!"

"मी म्हटलं, 'दॅट्स माय मिसफॉर्च्युन! गुड नाइट! स्टुपिड! रबिश!' एवढं शिकला; पण मनात मागासलेला राहिलाय!" आणि एवढं बोलून मोहन मोठ्यामोठ्यानं हसू लागला.

मी काही बोललो नाही. चहा-सँडविचेस त्याच्या पुढ्यात ठेवली.

"अमेरिकन लोकांचा डोकेबाजपणा सांगू?" त्याने सँडविचचा लचका तोडीत विचारलं.

"सांग बाबा!" मी वैतागून.

"तिथं एक मशिन आहे. एका बाजूला मटणाचे तुकडे आणि मसाला घालायचा. दुसऱ्या बाजूला कटलेट्स तयार! चांगले खरपूस भाजलेले! सँडविचेसही तसेच! एका बाजूला अख्खा पाव आणि टोमॅटो, एग्ज वगैरे घालायचं, तर दुसऱ्या बाजूला सँडविचेस तयार!"

मी मिष्किलपणे हसलो. म्हणालो,

"मोहन, आपला तो किबे हार्वर्ड युनिव्हर्सिटीचा बिझिनेस मॅनेजमेंटचा कोर्स पूर्ण करून आलाय. तो तर वेगळंच सांगत होता!"

"काय ते?"

"तिथं त्यानं भलं मोठं यंत्र पाहिलं. एका बाजूस माणूस, मटणाचे तुकडे आणि मसाला घालायचा– दुसऱ्या बाजूनं कटलेट्स खाऊन तो माणूस बाहेर

पडतो! म्हणजे उदाहरणार्थ समज, आपण एका बाजूनं तुला भज्याच्या पिठासह त्या यंत्रात घातला, तर तू भजी मटकावूनच यंत्रातून बाहेर पडशील! केवढी बचत! तू पाहिलंस की नाही ते यंत्र?''

''नाही, बुवा!'' तो गोंधळून म्हणाला.

''मग तुझ्या विलायतेच्या वारीचा काहीच उपयोग नाही! निदान हे पाहण्यासाठी तरी तुला पुन्हा एकदा स्टेट्सला गेलं पाहिजे!''

हल्ली मोहन मला भेटतो आणि 'व्हेन आय वॉज इन द स्टेट्स' असं म्हणण्यासाठी तोंड उघडतो; पण तेवढ्यात मी त्याला त्या मशिनची आठवण करून देतो आणि मग मान खाली घालून तो निमूटपणं पुढं जाऊ लागतो!

◆◆◆

१५

❈

दबडघाव सर

रविवारचा दिवस. सात वाजून गेले होते, तर मी अंथरुणात लोळत होतो. अजून अर्धा पाऊण तास अंथरूण सोडण्याची माझी तयारी नव्हती. तेवढ्यात 'ही' आली.

"अहो, उठा लवकर! तुमचे ते दबडघाव सर आले आहेत."

ताडकन उठून मी तोंड धुतलं. बाहेरच्या खोलीत आलो.

"रात्री नाटकाला गेलो होतो, म्हणून उठायला उशीर—" मी थाप दिली.

"हो का? छान!" दबडघाव सर उद्गारले.

"काय काढलंय नवीन?" मी चौकशी केली.

"अरे, त्या आपल्या ह्याला 'पद्मश्री' पदवी मिळालीय ना? त्याचा सत्कार करायला नको का?"

"पाहिजे तर! पण आपला हा म्हणजे कोण?"

"अरे, तो आपला हा रे! आडनाव काही तरी विचित्र आहे."

वास्तविक त्यांचं स्वतःचं आडनाव काय कमी विचित्र होतं? पण ते पडले आमचे हायस्कूलमधले सर. विचारायचं कसं?

"मग मी काय करू म्हणता?"

"त्यांचा सत्कार-समारंभ करायचा म्हणजे वर्गणी नको काढायला?" मला शंका आलीच होती. मी विचारलं,

"किती वर्गणी, सर? दहाएक रुपये देऊ?"

"देशील तेवढे हवेच आहेत!" सर खुश होऊन म्हणाले, "अकरा रुपयांची पावती फाडतो."

चहा घेऊन दबडघाव सर निघाले.

"जातो बाबा. आज रविवार. सगळी मंडळी घरी भेटतील. दुपारपर्यंत दहा-बारा घरं उरकायची आहेत."

खरं म्हणता ज्यांचं आडनाव दबडघाव सरांना नीट आठवत नाही, त्यांना 'पद्मश्री' मिळाली, म्हणून त्यांचा सत्कार करण्याची उत्सुकता का? पण पेन्शनीत निघाल्यापासून सरांनी असल्या प्रकारच्या समाजकार्याला वाहून घेतलं होतं. माझ्यासारखे अनेक विद्यार्थी त्यांना हक्काचे वाटत. त्यामुळं आठवड्यातून त्यांची एखादी फेरी व्हायचीच! आज काय, राजापूर ग्रामस्थ मंडळींनी देऊळ बांधायला काढलंय, तर कधी कुठल्या तरी वास्तूचा जीर्णोद्धार करायचा आहे! कधी महिला मंडळाच्या मदतीसाठी, तर कधी कुणाच्या अमृतमहोत्सवासाठी! दबडघाव सरांची नेहमीच धावपळ सुरू ! त्यांच त्या एकुलत्या एका वुलनच्या कोटाच्या चारी खिशांत अनेक पावतीपुस्तकं, निवेदनं, जाहिराती, पत्रं भरलेली असायची. चालू कामाची पावतीपुस्तकं कोटाच्या बाहेरच्या खिशात. ते खिसे सदा उतू जात असलेले!

त्यानंतर दबडघाव सर पंधरा एक दिवसांनी ऑफिसमध्ये आले. मी केबिनमध्ये बसलो होतो. कामात व्यग्र होतो. तेवढ्यात पट्टेवाला आत आला.

"साहेब, तुम्हाला कुणी भेटायला आलंय बाहेर..."

"कोण आहे?"

"तुमचे सर. आडनाव– विचारून येतो– सांगित्‌लं होतं, पण विसरलो."

मी ओळखलं. दबडघाव सरांची स्वारी.

"पाठवून दे त्यांना आत..."

सर हाशहुश करीतच आत आले. हातातली पोत्याची पिशवी (कुठल्या तरी स्टोअर्सचं नाव व त्याखाली गांधीजींचं चित्र!') टेबलावर ठेवून सर म्हणाले,

"फार कामात नाहीस ना?"

"नेहमीचंच आहे– काय आज्ञा?"

"सांगतो. जरा पाणी आणायला सांग."

मी पाणी मागवलं. चहाही मागवला.

सर बशीतून चहा फुरूफुरू प्याले. मिशांना लागलेला चहा पालथ्या हातानं पुसून काढला. मग म्हणाले,

"आपले वेदशास्त्रसंपन्न दातार, ठाऊक आहेत ना तुला?"

"उं– ऐकलंय नाव कुठं तरी! बरं मग, त्यांचं काय झालं?"

"झालं नाही, अजून व्हायचंय."

"पण काय?"

"त्यांना पुढल्या सोमवारी साठ वर्षं होतात. षष्ट्यब्दीपूर्ती समारंभ करण्याची योजना आहे..."

मी चतुराईनं विषय बदलू लागलो...

"पण, सर... तुमची मात्र कमाल आहे हं!"

"ती कशी काय?"

"त्या ह्यांच्या म्हणजे बाळासाहेबांच्या सत्काराला कुठं होता तुम्ही?"

"कोण बाळासाहेब?'

"वा! ही आणखी एक कमाल! अहो, त्यांना 'पद्मश्री' मिळाली, म्हणून त्यांचा सत्कार करण्यासाठी तुम्ही वर्गणी नव्हता का गोळा करत? माझ्याकडून अकरा रुपये नेलेत. मी मुद्दाम गेलो होतो. सत्काराला– तुम्ही कुठं दिसला नाहीत!

दबडघाव सर खिशातून पावतीपुस्तक काढत होते. माझं बोलणं शांतपणे ऐकून ते म्हणाले,

"अरे, मी होतो, या वेदशास्त्रसंपन्न दातारांच्या षष्ट्यब्दीपूर्ती समारंभाच्या गडबडीत."

"हे चांगलं आहे!"

"त्याचं काय आहे... आमचं त्या वर्तमानपत्राच्या संपादकासारखं असतं! आज तुमच्या हाती जो अंक पडतो, तो त्याच्या दृष्टीनं शिळा! तुम्ही आजचा ताजा अंक ज्या वेळी वाचत असता, तेव्हा तो उद्याच्या अंकाच्या गडबडीत!"

"छान! म्हणजे–"

मला मध्येच थांबवून ते म्हणाले,

"हे बघ... मला आणखी चारजणांकडं जायचं आहे! तुलाही तुझी कामं आहेत! मी तुझ्या नावानं पंचवीसचा आकडा आधीच टाकलाय! बोल, चेक देतोस. की रोख पैसे आहेत?"

"पण, सर... पंचवीस रुपये म्हणजे..." मी अडखळत म्हणालो.

"हे बघ, तुला जड होत असतील, तर तसं सांग! मी माझ्या खिशातले

भरतो! उगाच वितंडवाद नको!''

बोलणंच खुंटलं. मी खिशातून पंचवीस रुपये काढले व मुकाट्यानं त्यांच्या स्वाधीन केले.

अधूनमधून सर येत होते. कधी घरी– कधी ऑफिसात. कधी मला विचारून पावती फाडायचे, कधी न विचारता. कुठल्या तरी संस्थेच्या मदतीसाठी सिनेमाचा एक खास शो होता. त्या खास शोची महागडी तिकिटं गळ्यात घालून ते गेले. मी सिनेमा कोणता, ते पाहिलं. 'ब्लो हॉट ब्लो कोल्ड!' अरे बाप रे! या सिनेमाला मात्र दबडघाव सरांनी मुळीच येऊ नये, अशी माझी मनोमन इच्छा होती!

एकदा बोलता बोलता कळलं की, त्यांना साठ वर्षं पुरी होणार आहेत. मनात आलं, त्यांचाही षष्ट्यब्दीपूर्ती समारंभ करायला पाहिजे! आजपर्यंत निरपेक्षपणे दुसऱ्यासाठी झिजणारे ते कार्यकर्ते! ज्यांच्यासाठी ते झिजले, त्यांनी एकत्र येऊन त्यांचा सत्कार केला पाहजे!

शेवटी मीच पुढाकार घेतला. माझ्याबरोबर शाळेत शिकणाऱ्या मित्रांच्या मदतीनं एक योजना आखली. आम्ही प्रत्येकानं एकशेएक रुपये वर्गणी काढली. मग आम्ही केवळ सरांची भीड पडल्यामुळं ज्यांच्यासाठी आजपर्यंत वर्गण्या दिल्या होत्या, त्यांची यादी तयार केली. मी वेळ मिळेल, तसा त्यांना भेटू लागलो.

गंमत म्हणजे कुणीच आम्हाला फारसं साहाय्य केलं नाही. ते पद्मश्री म्हणाले,

"अहो, त्यांचा काय सत्कार करायचाय? त्यांनी समाजासाठी काय केलंय?''

वेदशास्त्रसंपन्न दातार गुरुजींनी, 'कोण हो हे दबडघाव? देशस्थ यजुर्वेदी ब्राह्मण दिसतात!' असा फालतू प्रश्न विचारून मग पुढं ती कल्पना अनुनासिक आवाजात उडवून लावली.

कुणाला वेळ नव्हता, कुणाची पैशांची अडचण होती!

मला खरोखरी खंत वाटली. मग आम्ही काही मित्रांनी खाजगी स्वरूपात त्यांचा सत्कार-समारंभ पार पाडायचं ठरवलं.

एका कार्यालयात अनौपचारिक समारंभ आयोजित केला. आम्हीच सर्वांनी आणखी पैसे घातले. चहापानाचा समारंभ ठेवला. सरांना मोठं प्रेझेंट आणलं. प्रतिष्ठित लोकांना (पद्मश्री व वे. शा. सं. दातारगुरुजी वगैरेंनासुद्धा) आमंत्रण दिलं. चहापानासाठी सर्व आले. आम्ही भाषणं केली. त्यांच्याविषयी चार शब्द बोललो. त्यांना प्रेझेंट दिलं; पण दबडघाव सर या समारंभात मनापासून रमल्यासारखे वाटले

नाहीत. ते अस्वस्थ होते. 'मला उगीचच यात गुंतवलंत...' अशी तक्रार करत होते.

हा समारंभ संपल्यावर आठ दिवसांनी सर वाटेत दिसले. घाईघाईत कुठं तरी चालले होते. मी त्यांना मुद्दामच थांबवलं.

"काय सर? चहा घेऊ या थोडा!"

"चल, बाबा..."

बशीतून फुरूफुरू चहा पिऊन झाल्यावर नेहमीप्रमाणं त्यांनी पालथ्या हातानं मिशांवरचा चहा निपटून काढला.

लोकांचा त्यांच्याविषयीचा 'ॲटिट्यूट' किती विचित्र वाटला, हे मी त्यांना सुनावणार होतो; पण मी तोंड उघडण्यापूर्वीच त्यांनी विचारलं,

"परवाच्या माझ्या त्या सत्काराच्या उठाठेवीसाठी किती खर्च केलास तू तुझ्या खिशातून?"

"केला असेल काहीतरी..."

"तरीपण?"

"असतील दीड-दोनशे रुपये..."

"मग आता आणखी खर्च तुझ्या बोकांडी बसणार..."

"तो कसा काय?'

"अरे, ते आपले डॉक्टर कालेलकर आहेत ना– गरिबांच्या उपयोगी पडणारे, त्यांना पुढल्या आठवड्यात पंचाहत्तर वर्षं पूर्ण होताहेत! त्यांचा अमृतमहोत्सव आहे..." आणि खिशात हात घालून त्यांनी पावतीपुस्तक काढलं!

◆◆◆

१६

उज्ज्वला नगरकर

पुण्याच्या लकडी पुलावरून चालतो होतो. तेवढ्यात मागनं कुणी हाक मारतंय, असा भास झाला.

मागं वळून पाहिलं आणि मला घाईघाईनं पावलं टाकणारी, घामानं चिंब भिजलेली, धापा टाकणारी उज्ज्वला नगरकर दिसली.

"केयूर, थांब ना रे..."

मी थांबलो. ती माझ्याजवळ आली. मी आश्चर्यानं विचारलं,

"झालं काय एवढं घाबरंघुबरं व्हायला?"

"तो दिवेकर आहे ना? तो माझा पाठलाग करतोय्– कुंटे चौकापासून माझ्या मागं आहे–" ती श्वास घेत म्हणाली.

"अग, पण कोण दिवेकर?"

"तो एअर फोर्समध्ये पायलट आहे. रजेवर आलाय वाटतं? मवाली आहे अगदी! तो बघ मागं आहे– निळी पँट, पांढरा मनिला."

मी मुद्दाम थांबून राहिलो. तो दिवेकर शांतपणे आमच्या जवळून गेला. इकडे-तिकडे न पाहता, लांब टांगा टाकीत तो फूटपाथवरच्या गर्दीत मिसळून गेला. चेहऱ्यावरून तरी सभ्य वाटत होता.

मी उज्ज्वलेला घेऊन हॉटेलमध्ये गेलो.

''काही तरी कोल्ड घेऊ! तू घाबरली आहेस ना? जरा ताळ्यावर येशील...''

दूध-कोल्ड्रिंकची ऑर्डर देऊन मी तिला म्हटलं,

''हे बघ, उज्ज्वला, तो दिवेकर की कोण, मला तरी सज्जन माणूस दिसला! तुझ्या आपल्या काही तरीच शंका!''

''नाही बाबा, खरोखरीच तो माझा पाठलाग करीत होता! मी उगाच का सांगते?''

''तुला एक विनोद सांगू?''

''सांग!''

''एक तरुणी ऑफिसात उशिरा आली. हेडक्लार्कनं विचारलं, उशीर का झाला? ती म्हणाली, 'एक तरुण माझा पाठलाग करत होता म्हणून उशीर झाला!' हेडक्लार्कनं विस्मयानं विचारलं, 'म्हणून उशीर करायचं काय कारण?' तर ती उत्तरली, पण तो तरुण सावकाश चालत होता ना!''

माझ्या विनोदावर मीच खो खो करून हसलो.

उज्ज्वला गंभीरपणे म्हणाली,

''केयूर, थट्टा नको! मी तुझ्या बाष्फळ विनोदातल्या त्या तरुणीसारखी नाही! तुला माहीत आहे, कॉलेजमध्ये मुलं माझ्यावर मरायची! मला किती मुलांनी मागण्या घातल्या, तेही तुला ठाऊक आहे...''

तेवढ्यात कोल्ड्रिंक आलं. कोल्ड्रिंक घेत मी हळूच उज्ज्वलाच्या चेहऱ्याकडे पाहिलं.

डोळ्यांभोवती काळी वर्तुळं– चेहरा ओढलेला– गालफडं बसलेली– कानशिलांवर पांढऱ्या केसांचा पुंजका–

उज्ज्वलेला मी प्रथम पाहिलं बारा-तेरा वर्षांपूर्वी. माझा मित्र विजय नगरकरची उज्ज्वला थोरली बहीण.

लक्ष्मी रोडवर गणपती चौकात त्यांचा मोठा वाडा होता. मी त्या वेळी कॉलेजात होतो आणि उज्ज्वला बी.ए. नापास होऊन घरीच बसली होती.

दिसायला सुरेख. आकर्षक चेहरा, लांबसडक केस. सर्वसामान्य स्त्रियांच्या मानानं चांगली उंच. पाहिल्याबरोबर कुणावरही छाप पडेल अशी.

विजू सांगायचा,

''आमच्या ताईला फॉरेन-रिटर्ण्ड पाहून गेला. त्यानं पसंत केलं ताईला...; पण ताईनं नापसंत केलं त्याला...''

''का बरं?''

"ताईचं म्हणणं... तो फार काटकुळा आहे... आपल्याला शोभणार नाही!"

विजूची ती एकुलती एक बहीण, त्यामुळं आमच्या गप्पांत अधूनमधून तिचा विषय यायचा. त्यावरून कानांवर येई की, बहुतेक मुलं उज्ज्वलेला पसंत करायची; पण ती मात्र कुणी काळा म्हणून, कुणी फार लठ्ठ म्हणून, कुणी ठेंगू म्हणून नकार द्यायची.

एकदा विजू कॉलेजमध्ये भेटला, तेव्हा अगदी वैतागला होता.

"का? झालं काय?" मी चौकशी केली.

"या ताईनं अगदी त्रास दिला, बुवा!"

"काय झालं आणखी?"

"अरे, गेल्या आठवड्यात एक फॉरेन–रिटर्ण्ड मुलगा तिला पाहायला आला होता. गोरा होता, उंच होता. स्मार्ट– सगळं व्यवस्थित..."

"मग?"

"तरी ताईनं नकार दिला!"

"या वेळी कारण काय सांगितलं?"

"स्टुपिड! अगदी हास्यास्पद कारण! त्याचं आडनाव म्हणे विचित्र आहे! अशा आडनावाच्या माणसाबरोबर जन्म काढायचा, म्हणजे..."

"पण आडनाव तरी काय होतं?"

"बेडकीहाळकर! अरे, गावाचं नाव बेडकीहाळ त्याला तो तरी काय करणार?"

एरवी मी उज्ज्वलेला सपोर्ट दिला असता! पण त्या स्टेजला तसं करणं चुकीचं होतं. सर्वगुणसंपन्न मुलगा– केवळ आडनाव विचित्र, म्हणून नकार देणं खरोखरी मूर्खपणाचे– मी काही बोललो नाही.

आमचं शिक्षण संपलं. मी नोकरी करू लागलो. विजू बँकेत लागला.

उज्ज्वला अजून अविवाहित होती. तिच्या मुख्य अटी हळूहळू सैल होऊ लागल्याचं विजूकडून कळत होतं. 'फॉरिन-रिटर्ण्ड' अट जाऊन'इंजिनिअर किंवा डॉक्टर'पर्यंत गाडी घसरली होती. तीही स्थळं मिळेनाशी झाली, तशी 'डिप्लोमा-होल्डर चालेल किंवा आयुर्वेद डॉक्टर, कमीत कमी जनावरांचा डॉक्टर' इथपर्यंत अध:पात झाला! म्हणजे प्रोफेसरवरून हायस्कूल टीचर न् हायस्कूल टीचरवरून प्रायमरी शाळेतला मास्तर–किमान मॉंटेसरीतला– अशातला प्रवास होता! पण उज्ज्वलाची कीर्ती सर्वत्र पसरली होती. त्यामुळं स्थळ शोधणं तिच्या वडिलांना मुष्किलीचं होत होतं. एका मुलीकडून नकार ओढवून घेणं कुणा पुरुषाला आवडेल?

जाणूनबुजून हात कोण पोळून घेईल?

दरम्यान वर्षामागून वर्षं जात चालली.

माझं लग्न झालं.

विजूची बदली पुण्याहून नाशिकला झाली. बँकेतल्या एका टायपिस्ट मुलीशी त्यानं जुळवलं आणि लवकरच तो दोन मुलांचा बापसुद्धा झाला.

मी पुण्यातच होतो. उज्ज्वला कधी कधी वाटेत भेटायची. वडील थकले होते. मुलीच्या लग्नाचा नाद त्यांनी सोडून दिला असावा...

उज्ज्वलेनं कोल्ड्रिंक संपवलं. मी सहज तिला विचारलं,

''काय ग, हा दिवेकर तुझा आजच पाठलाग करीत होता की,''

''अरे, तो पंधरा दिवसांपूर्वी रजेवर आला, तेवढ्या दिवसांत तीन-चारदा माझ्या मागं मागं येत असलेला पाहिला!''

''ठीक आहे. त्याची रजा संपली की, हा त्रास संपेल!''

''पण तोपर्यंत काय काय होईल, कोण जाणे!'' असं शहारल्यासारखं करून उज्ज्वला म्हणाली.

विजूबद्दल बोलणं झालं आणि आम्ही हॉटेलच्या बाहेर पडलो. मी रिक्षा केली व तिला तिच्या गणपती चौकातल्या घराजवळ पोहचवून माझ्या घरी गेलो.

त्यानंतर दीड-दोन महिन्यानंतरची गोष्ट.

मी ऑफिसात कामात गुंतलो होतो. दिल्लीहून ट्रंककॉल येणार होता, त्याची वाट पाहत होतो. तेवढ्यात केबिनचं दार उघडून उज्ज्वला नगरकर धाडदिशी आत आली.

''या... बसा...''

ती धापा टाकत होती. कानशिलांवरल्या पांढुरक्या बटा घामामुळं चिकटून बसल्या होत्या.

''केयूर, फॅन फास्ट कर जरा...''

मी फॅन दोनवरून पाचावर नेला.

''बोल, झालं काय?''

''अरे, तुझं ऑफिस दिसलं, तेव्हा जिवात जीव आला! पाच मिनिटं बसू ना?''

''जरूर! अर्धा तास का बसेनास! चहा मागवू?''

मी चहा मागवला.

"सांग, एवढ्या गडबडीत का? तो एअरफोर्समधला पालकर..."

"तो दिवेकर होय? मारो गोली उसको! आज दुसरीच आफत..."

"ती कोणती?"

"अरे, मी स्टेशनवर गेले होते मैत्रिणीला पोहचवायला! येताना बसमध्ये तो माझ्याजवळ येऊन बसला मुद्दाम! मी डेक्कन जिमखान्यावर उतरले. तोही उतरला आणि माझ्या मागोमाग यायला लागला. तुझं ऑफिस होतं वाटेत, म्हणून बरं झालं!"

"पण तो होता कोण?"

"अशोक पंडित! प्रायव्हेट फर्ममध्ये बडा ऑफिसर आहे! माझा पाठलाग करत होता. मवाली मेला!"

तेवढ्यात फोनची घंटी वाजली. दिल्लीचा ट्रंक होता.

मी फोन हातात घेऊन सुटकेचा नि:श्वास सोडला. पर्समधून पावडर कॉपॅक्ट काढून उज्ज्वला नगरकर चेहरा रेखू लागली...

◆◆◆

१७

विक्रम चव्हाण

बऱ्याच वर्षांनी सांगलीस आलो होतो. सांगलीला शाळा-कॉलेजात माझ्याबरोबर शिकणारे वर्गमित्र 'अन्नासाठी दाही दिशा' विखुरले होते. कुणी पुण्याला, कुणी मुंबईला, एखाददुसरा अमेरिकेत. मोजके वर्गबंधू सांगलीला राहिले होते. नेहमी पहिला नंबर घेणारा चितळे शाळेत मास्तरकी करत होता, तर वक्तृत्वमधील सतत बक्षिसं पटकावणारा वसगडेकर म्युनिसिपालअीत खर्डेघाशी करत होता.

दोन दिवस सांगलीचे सर्व रस्ते पालथे घातले, पण ओळखीचं कुणी भेटलं नाही. शाळा-कॉलेजांत जाणारी मुलं परकी वाटत होती. वृद्धांचे चेहरे ओळखीचे वाटत होते; पण नावं चटकन लक्षात येत नव्हती.

स्टेशन रोडवरून चाललो होतो. कचकन् ब्रेक लावल्याचा आवाज झाला आणि गाडी माझ्यापाशी थांबली.

"हॅलो, अहो आपण इकडं कुठं?"

मी कारमध्ये पाहिलं. विक्रम चव्हाण. दाट, कुरळे केस, काळासावळा चेहरा, मिशीचा तलवारकट. शंकाच नको.

विक्रम दार उघडून बाहेर आला. बऱ्याच दिवसांनी भेटल्यानंतर ज्या औपचारिक गप्पा होतात,

त्या झाल्या. मग त्यानं विचारलं,

"चाललात कुठं? काही विशेष काम?"

"तसं काही विशेष नाही– हॉटेलमध्ये उतरलोय– परत तिकडेच चाललो होतो."

"अच्छा! मग चला तर माझ्याबरोबर..."

मी त्याच्या कारमध्ये बसलो.

"काय चव्हाणसाहेब, काय चाललंय?"

"साखर कारखान्याचा मॅनेजर आहे मी!"

मी विचारात पडलो. चव्हाण माझ्याबरोबर इंटर आर्टसला होता. खरं म्हणता तो माझ्याआधी इंटरला. मी एफ.वाय. पास होऊन इंटरमध्ये आलो, तेव्हा तो इंटर नापास झाला होता. मी इंटर पास झालो, बी.ए. झालो, तरी बिचारा इंटरच्या कुंपणावर धडका देत होता! इंग्रजी भाषा हा त्याचा वीक पॉईंट. चार वाक्यं त्याला इंग्रजीतून धड बोलता येत नसत. साध्या शब्दांची स्पेलिंग्ज चुकायची. 'कॉफी'चं स्पेलिंग त्यानं काय काय करावं? केएयूपीएच्वाय! एक अक्षर बरोबर नाही!

त्याची बहीण कोल्हापूरला दिली होती.

एकदा तो स्टेशनवर भेटला. कोल्हापूरला निघाला होता. (आमचा ग्रुप स्टेशनवर 'माल–ऑब्झर्व्हेशन' करण्यासाठी नेहमी जायचा). विक्रमला आम्ही सहज विचारलं,

"काय हो, चाललात कुठं?"

त्यानं रुबाबात उत्तर दिलं,

"कोल्हापूरला. माय सिस्टर इज गिव्हन देअर!"

त्याचं इंग्रजी हा आमच्या कंपनीला नेहमीचा विनोदाचा विषय! आम्ही त्याला गॅदरिंगमध्ये झकास फिशपॉंड दिला होता. 'सुनर यू परचेझ इंग्रजी ग्रामर– गुडर इट इज!'

विक्रम शहाण्णव कुळी मराठा. त्यामुळं 'अरे-तुरे' त्याला खपायचं नाही. 'अहो चव्हाण, अहो विक्रमसाहेब–' अशी हाक मारावी लागे.

एकदा चुकून कुणी त्याला 'ए विक्रम' म्हटलं, तेव्हा त्यानं त्याच्या खाडकन् थोबाडीत दिली! संतापानं थरथरत तो म्हणाला,

"माझी आईसुद्धा मला 'अहो, बाळासाहेब' म्हणून हाक मारते आणि तुम्ही मला 'अरे विक्रम' म्हणता? मी काय गडीमाणूस आहे?"

आईला भावंडांना तो 'अहो जाहो' करी. खानदानी पद्धत. आपल्या खानदानाचा त्याला फार अभिमान. मिशांवरून पीळ देत आपल्या घराण्याच्या परंपरेच्या गोष्टी तो आम्हाला चुकीच्या इंग्रजीत सांगत असे...

"सध्या आपलं काय चाललंय?" विक्रम मला विचारीत होता. इतक्या वर्षांची ओळख पण 'तुम्ही-आपण' शिवाय बात नाही!

"मी ना? कॉलेजमध्ये मास्तरकी करतोय्..."

'च्यक' आवाज करून त्यानं माझ्याबद्दल सहानुभूती व्यक्त केली! मग तो म्हणाला,

"आपल्याला ते इंग्रजीचे प्रोफेसर कामत होते, आठवतात ना?"

"हो, तर! सारखे सांगलीहून पुण्याला पळायचे. पुण्याला त्यांची फॅमिली होती. आम्ही त्यांना फिशपाँड दिला होता 'ने मजशी ने परत पुण्य-नगरीला, अग्निरथा प्राण तळमळला!' तेच ना कामत सर?"

"हो! मी त्यांना माझ्या कारखान्यात नेमलंय!"

"साखर कारखान्यात? तिथं त्यांचं काय काम?"

"माझे पी. ए. म्हणून!"

"कामत सर तुमचे पी.ए.?"

"हो ना! त्यांना कॉलेजात सहाशे साडेसहाशे रुपये मिळत होते. मी अठराशेची ऑफर दिली. ते कबूल झाले. त्यांना राहायला फर्स्ट क्लास बंगला दिलाय. गाडी दिलीय! फॅमिली इथंच आहे. आता पुण्याला पळायला नको!"

"पण काम काय त्यांचं?"

"माझी भाषणं लिहून देतात. माझा पत्रव्यवहार पाहतात. आय ॲम फार म्हणजे फारच बिझी. तेव्हा ही कामं त्यांच्याकडे!"

मी चकित झालो! 'कालाय तस्मै नम:' म्हणायचं, झालं! ह्याच विक्रम चव्हाणला कामत सर वर्गात उभा करून प्रश्न विचारायचे आणि तो 'तत पप' करू लागला की, त्याची हजेरी घ्यायचे!

गाडी उभी राहिली. पॉश बंगला. नोकर-चाकर भरपूर, त्याच्याबरोबर आत गेलो. बसण्याची खोली एअर कण्डिशण्ड. रेडिओ, टेबल लॅम्प- सगळं काही फॉरेनचं.

"शुगर फेडरेशनतर्फे साखर कारखान्यांच्या मॅनेजरचं डेलिगेशन युरोपला गेलं होतं. मीही गेलो होतो. येताना खूप चिजा आणल्या. हा टेलिव्हिजन पाहिलात आपण?"

मी प्रश्नार्थक मुद्रा केली.

हसत तो म्हणाला,

"तुमच्या मुंबईला पुढल्या वर्षी टी.व्ही. येणार– आमच्याकडे कधीच आला!"

"पण याचा उपयोग?"

"मी इथं बसून कारखान्यात काय चाललंय, हे पाहू शकतो. कारखान्याच्या कुठल्या भागात काय चाललंय, मजूर काम करताहेत की नाही, हे सर्व मी बसल्या बसल्या पाहू शकतो. हा आमचा खास टी. व्ही.! इंटरेस्टिंग ना?"

"हो तर! फारच इंटरेस्टिंग!"

"ड्रिंक घेणार?"

"बिअरशिवाय मी काही घेत नाही!"

"मारो गोली बिअर को! स्कॉच व्हिस्की देतो. मी इंडियन व्हिस्की पीतच नाही!"

मी व्हिस्कीचा घोट घेतला. घसा जळजळला. मेंदूला मुग्या आल्या. दुसरा घोट घेववेना!

विक्रम भराभर पीत होता. सोडा न मिसळता. बर्फाचे क्यूब्ज आणि मद्य. मध्येच त्यानं फोन उचलला, नंबर फिरवून तो बोलू लागला,

"हॅलो, कामत काय? माझं जनरल बॉडी मीटिंगमधलं भाषण तयार आहे ना? आणि हो, उगाच मोठमोठे शब्द वापरू नका. उच्चारायची पंचाईत! तुम्हाला ठाऊकच आहे– ही:ही:!" त्यानं फोन खाली ठेवून माझ्याकडे पाहून डोळे मिचकावले.

मी कसाबसा एकेक घोट घेत होतो. विक्रम एकामागोमाग एक पेग घेत होता.

"तुम्हाला माहीत आहे, एकदा काय गंमत झाली? आपल्या कॉलेजच्या प्रिन्सिपॉलनी आम्हाला कॉलेजमध्ये बोलावलं! कशाला, ठाऊक आहे? ही: ही:! गॅदरिंगचा चीफ गेस्ट म्हणून! तर त्यांनी माझी काय इंट्रोडक्शन करून दिली, म्हणता? ही: ही:!" विक्रम हातात ग्लास घेऊन उभा राहिला. प्रिन्सिपॉलच्या स्टायलीत म्हणाला, "बंधूनो आणि भगिनींनो, आजचे आपले प्रमुख पाहुणे म्हणजे एक यशस्वी व्यक्तिमत्त्व आहे. आपल्या कर्तबगारीवर ते पुढं आले. इथल्या शुगर मिलचे ते मॅनेजर आहेत. आणखी अनेक संस्थांशी त्यांचा घनिष्ठ संबंध आहे. विद्यार्थ्यांनी त्यांचा आदर्श आपल्यापुढं ठेवावा आणि आपल्याला अभिमानाची गोष्ट म्हणजे आपल्या कॉलेजचे ते माजी विद्यार्थी आहेत."

"टाळ्यांचा कडकडाट! प्रिन्सिपॉलनी आम्हांला अदबीनं हार घातले! आम्ही उठलो. कामत सरांनी लिहून दिलेलं भाषण वाचलं...

"कॉलेजला दहा हजारांची देणगी जाहीर केली! पुन्हा टाळ्यांचा कडकडाट!

"गंमत सांगतो, कॉलेजात होतो, तेव्हा एकदा एक चीफ गेस्ट बोअरिंग करत होता, म्हणून आम्ही जोरजोरानं बाक वाजवले, तर याच प्रिन्सिपॉलनी आम्हाला रस्टिकेट करायचा घाट घातला होता. ही: ही: ही:!''

मला हसावं की रडावं, हे समजेना!

◆◆◆

१८

रत्ना मनोहर

रत्ना मनोहरला मी ती लहान असल्यापासून पाहत होतो. तिच्या आईवडिलांशी माझी विशेष ओळख होती. दोघंही नाटकात कामं करणारी. अधूनमधून सिनेमात किरकोळ भूमिका. त्यांच्या घरी माझं येणं जाणं होतं. त्यामुळं रत्ना माझ्या डोळ्यांदेखत फ्रॉकमधून पातळात आली. 'पातळात' म्हणण्यात काही अर्थ नाही म्हणा– फ्रॉकमधून लुंगीत, बेलबॉटमात, मिनी स्कर्टात इलेफंट-पॅरेलल वगैरे वगैरेंत आली, म्हणणं अधिक शोभून दिसेल!

दिसायला मोठी सुरेख. गोल चेहरा. अगदी नाकावर सेंटर घेऊन कंपासानं वर्तुळ मारावं, असा. जिवणी नाजूक, लिपस्टिक न लावताही लालचुटूक दिसायची. डोळे मोठे बोलके व चेहऱ्यावर बालिश-पाहिल्यावर कौतुक वाटेल, असा गोड भाव सदैव रेंगाळत असलेला.

कॉलेजमध्ये जायला लागली आणि वर्षाभरात तिची आई मला म्हणाली,

"डॉक्टर, तुमच्याकडे एक काम आहे."

"काय बुवा?"

"आमच्या रत्नासाठी नवरा पाहायचा!"

"इतक्यात? अहो, ती अजून इतकी लहान आहे! बी.ए. तरी होऊ दे..."

"नको बाई, इतकी वर्षं थांबण्यात अर्थ नाही! तुम्हांला ठाऊक आहे, डॉक्टर, आम्ही नाटक-सिनेमांतली माणसं. दौरे- रात्री बेरात्री शूटिंग. एकुलती एक मुलगी घरात एकटी. नोकरमाणसांच्या स्वाधीन. वयात आलेली मुलगी. त्यातून दिसायला अगदीच वाईट नाही."

"हा, वैनी- असं निगेटिव्ह स्टेटमेंट नको- दिसायला सुरेख."

"मीच कशाला कौतुक करू तिचं? तर अशी मुलगी म्हणजे पदरातला निखारा! एकदा तिला उजवली की, आम्ही कलेची सेवाबिवा करायला मोकळे."

मी त्यांचं म्हणणं फारसं मनावर घेतलं नाही. एवढीशी चिमुरडी– आता कुठं अंड्यातून बाहेर आल्यासारखी अजाण, निष्पाप. तिच्यामागं संसाराचं लचांड आत्ताच लावून द्यायचं म्हणजे निर्दयपणाच.

यावर एक वर्ष गेलं आणि रत्नाची आई पुन्हा भेटली.

"डॉक्टर, रत्नाला शोभेलसा मुलगा अजून दिसला नाही?"

"वैनी, तुम्हाला खरोखरीच तिचं लग्न करायची घाई आहे?"

"घ्या, म्हणजे तुम्हाला काय वाटलं, मी चेष्टा करते?"

मग मात्र मी सीरियसली एखादा चांगला उपवर मुलगा तिच्यासाठी पाहू लागलो.

माझ्या ओळखीचे कोल्हापूरचे एक वकील नुकतेच मुंबईला स्थायिक झाले होते. त्यांचा मुलगा एका खाजगी कंपनीत इंजिनियर होता. रत्नाच्या आई-वडिलांशी बोलून मी रविवारची संध्याकाळ निश्चित केली. दादरच्या एका चांगल्या हॉटेलमध्ये त्यांनी रत्नाला घेऊन यावं, असं ठरलं. मी त्या मुलाला व त्याच्या आई-वडिलांना घेऊन येणार होतो.

रविवारी सकाळी रत्नाच्या वडिलांचा फोन आला.

"डॉक्टर, आम्हा दोघांना आज दुपारी गोवा दौऱ्यावर जायचं आहे! अचानक ठरलं!"

"मग काय करायचं? संध्याकाळचा कार्यक्रम रद्द?"

"का म्हणून? आम्ही दोघं नसलो म्हणून काय झालं? तुम्ही आहात ना रत्नाचे पालक म्हणून!"

"पण..."

"पणबिण काही नाही. संध्याकाळी रत्ना सहा वाजता हॉटेलमध्ये येईल. पुढचं सगळं तुम्ही पहा!"

संध्याकाळी आम्ही सहाच्या सुमारास हॉटेलमध्ये गेलो. एका कॉर्नरचं टेबल पाहून रत्नाची वाट पाहत बसलो.

पंधरा मिनिटांत रत्ना आली. मोठी आकर्षक दिसत होती. आमचा इंजिनियर मुलगा भान न राहून तिच्याकडे पाहतच राहिला! (मी एक पाहून ठेवलंय, बी. ई. झालेले नेहमीच मुलींच्याकडे वखवखलेल्या नजरेनं पाहतात! इंजिनियरिंग कॉलेजात मुलींचा खडखडाट– तर ते असो!)

रत्ना खाली बसत म्हणाली,

"अंकल, ॲम आय लेट? मी हेअर ड्रेसरकडे गेले होते. हा माझा हेअरडू पाहिलात ना?"

"वा: छान आहे की!" मी गुळमुळत म्हणालो.

"किती खर्च केला असेल मी?" ती नवऱ्या मुलाच्या आई-वडिलांकडे पाहत म्हणाली.

"किती?" नवऱ्याची आई.

"किती?" नवऱ्याचे वडील.

"अठरा रुपये! दोन दिवस टिकणार; पण म्हटलं, आज स्पेशल प्रोग्रॅम आहे."

मी अस्वस्थ झालो होतो. नवऱ्यामुलीनं सलामी तर दणदणीत दिली होती! आता इंजिनियरा– तूच सांभाळ! तुझ्या डोळ्यांत भरलीय ना?

पण कसलं काय!

आम्ही चहा घेत असतानाच दोन-चार, तंग कपडे, केसांची झुलपं, तानाजी मालुसरेछाप साईडबर्न्स आमच्या रोखानं आले.

"हॅलो रत्ना, हाऊ डू यू डू?"

"यू लुक सिंपली बिविचिंग, साला!"

"हेमामालिनी झक मारील!"

"डॅम दॅद हेमामालिनी! जिना लोलोब्रिगाड किंवा रॅक्वेल वेल्च!"

बाप रे!

रत्ना उठून म्हणाली,

"हॅलो गाईज! गुड इव्हिनिंग! आता मला डिस्टर्ब करू नका! मी प्रायव्हेट, इंपॉर्टंट कामासाठी इथं आलेय!"

ते टोळभैरव दुसऱ्या कॉर्नरचं टेबल पकडून बसले.

रत्ना म्हणाली,

"अंकल, बोला ना काही तरी! मघापासून मीच बडबडतेय!"

कसाबसा चहा आटोपून आम्ही बाहेर पडलो. त्या कुटुंबाला निरोप देऊन मी टॅक्सी केली.

"रत्ना, तुला घरी पोहचवतो चल," म्हणून तिला टॅक्सीत घेतलं. मग रागानं म्हटलं, "रत्ना, तुझी अगदी कमाल आहे!"

"कसली कमाल?"

"तुझे ते बॉय फ्रेंड्स, तुझा तो हेअरडू..."

"मग त्यात काय झालं?"

"त्या मंडळींना काय वाटेल? आई-वडील तर अगदी अस्वस्थ झाले होते. मुलगासुद्धा गडबडला!"

"का? ते मुंबईचे नाहीत?"

"कोल्हापूरचे! नुकतेच मुंबईला आलेयत!"

"म्हणजे खेड्यातले! तात्या लोक!"

"डोन्ट टॉक रॉट! कोल्हापूर म्हणजे काय खेडं?"

"मुंबईपुढं खेडंच की! मला नकोच आहे खेड्यातला मुलगा! मुंबईतला बघा एखादा!"

"बघू ना. की..."

"बघा! डॅडी-मम्मीनं काय सांगितलंय तुम्हाला अंकल? आणि मी तुमच्या शब्दाबाहेर नाही!"

ही पोरगी म्हणजे लाघवी, पण भोळीभाबडी! पुरतं तोडताही येत नाही. रागावताही येत नाही तिच्यावर!

या खेपेला मी मुंबईचा मुलगा शोधून काढला. जन्मापासून तो मुंबईत राहत होता. त्यामुळे खेड्यापाड्यांतला म्हणून नाक मुरडायची गरज नव्हती. या खेपेला मी आणखीन एक काळजी घेतली. पाहण्याचा समारंभ कुठल्या हॉटेलात न करता माझ्याच घरी ठरवला. उगाच भलभलते लोक डिस्टर्ब करायला नकोत!

एका संध्याकाळी कार्यक्रम ठरला. ओळखीचा एक मुलगा. एअर-इंडियात चांगली नोकरी होती त्याला. आई-वडील नव्हते. थोरली बहीण व तिचा नवरा यांच्यासह माझ्या घरी सहाच्या ठोक्याला आला. रत्नाचा फोटो मंडळींनी पाहिला होता. त्यामुळे प्रत्यक्ष पाहण्याचा औपचारिक कार्यक्रम तेवढा राहिला होता. रत्ना आई-वडिलांबरोबर येणार होती.

आम्ही गप्पा मारत बसलो होतो. तेवढ्यात बेल वाजली.

रत्ना व तिच्या मागोमाग हिंदी सिनेमातल्या त्या शत्रुघ्न सिन्हासारखा दिसणारा एक तरुण.

"आत ये ना रे, गुलशन. अंकल, हा गुलशन पाणी प्यायला आलाय. अंकल, फ्रीजमधलं पाणी आहे ना घरी? थांबा, मीच घेऊन येते आतून." रत्ना आत गेली. पाणी घेऊन आली. माझ्यासमोर बसत म्हणाली, "अंकल, हा गुलशन. आडनाव काय रे, तुझं?"

मी संताप आवरत शांतपणे विचारलं,

"आई-बाबा आले नाहीत? एकटीच आलीस?"

"हो ना! ह्या गुलशननं स्कूटरवरून लिफ्ट दिली."

"स्कूटरवरून?" माझ्या डोळ्यांपुढं तो गुलशन व त्याला चिकटून बसलेली रत्ना उभी राहिली.

"बाबा-आई येताहेत मागून..."

"सो हाय, रत्नू, मी जातो! उद्या संध्याकाळी येतो हं! बाटलीवालाचा बर्थ-डे लक्षात आहे ना?" गुलशन सांगत होता, "तू तयार रहा. मी येतो स्कूटर घेऊन..."

रत्ना त्याला पोहचवायला बाहेर गेली.

मी डोळे मिटून घेतले!

नवरा मुलगा, त्याची बहीण व मेहुणा यांच्याकडे पाहण्याचं धैर्य माझ्यात नव्हतं!

◆◆◆

१९
❈

लीना धराधर

माझ्या ओळखीच्या एका संपादकांनी आपल्या मासिकात 'असे हे वाचक!' नावाचं सदर सुरू केलं होतं. समाजातील विविध थरांतील लोकांशी मनमोकळी चर्चा करून त्यांच्या रसिकतेचा मागोवा घेण्याचं काम त्यांनी माझ्याकडे सोपवलं होतं.

माझ्या डोळ्यांसमोर आल्या लीना धराधर. पेडर रोडवरच्या 'पॅरेडाईज व्ह्यू' या वीस मजली इमारतीच्या चौदाव्या मजल्यावर त्या राहत होत्या. त्यांचे पती 'इन्कमटॅक्स डिपार्टमेंट'मध्ये असल्यानं त्यांची मासिक प्राप्ती चार-पाच हजार असावी. स्वत: लीना धराधर एक महान समाजकार्यकर्त्या. 'तुमचं आपलं काही तरीच! थोडंसं कार्य करते, झालं! त्यावाचून राहवत नाही, मेलं!' इति दस्तुरखुद्द लीना धराधर.

त्या 'पेडर रोड महिला मंडळा'च्या अध्यक्षा म्हणू एक क्रियाशील सभासद होत्या. या वर्षी त्या मंडळाच्या अध्यक्षा म्हणून निवडून यायच्या; पण (ती मेली) प्रमिला मनसुखानी उभी राहिल्यानं व ऐन वेळी मराठी लोकांनी घात केल्यानं अवघ्या वीस मतांनी (एकूण सभासद तीस) त्या पडल्या. या जगात गुणाचं चीज होत नाही, हेच खरं. या व्यतिरिक्त 'वायव्य पेडर रोड केशभूषा स्पर्धे'त त्यांनी

सतत तीन वर्षं परीक्षक म्हणून काम केलं होतं आणि वांद्र्याच्या 'समाज मंदिर हॉल'मध्ये 'स्लो कुकिंग'मध्ये त्यांनी पहिला क्रमांक पटकावला होता.

एवंगुणविशिष्ट लीना धराधर यांना मी मुद्दाम भेटायला गेलो. माझ्यासाठी त्यांनी कार्यबाहुल्यातून (अक्षरश: कार्यबाहुल्यातून! कारण बाहुल्या करण्याचा क्लास त्यांनी नुकताच जॉईन केला होता! हा विनोद त्यांच्याच सौजन्यानं!) वेळ काढून मला मुलाखत दिली. कुकला चहा सांगायला त्या आत गेल्या, तेवढ्यात मी पुस्तकांच्या शोकेसवरून नजर फिरवली. त्यांच्या निवडीचं कौतुक करावं, तेवढं थोडंच! वात्स्यायनाच्या 'कामसूत्रा' बरोबर स्वामी विवेकानंदांची व्याख्यानं, 'लेडी चॅटर्लीज लव्हर'ला टेकून बसलेला जेम्स बाँड आणि 'प्रियकरणीचा खून'शी लगट करणारी तुकारामाची गाथा लीनादेवींच्या चतुरस्त्र वाचनाची मनमुराद जाहिरात करीत होती. इतक्या विविध तऱ्हेची पुस्तकं वाचणारे वाचक आजकाल विरळाच.

फ्लॅटला शोभेल अशा हळुवारपणे कुरकुरीत भज्यांचा आस्वाद घेत असताना मी लीना धराधरशी ग्रंथ आणि वाचन यावर मनमोकळेपणानं चर्चा केली. जमेल तेव्हा, जमेल तितकं खरं बोलावं, असा त्यांचा बाणा असल्यानं त्यांनी काही आडपडदा न ठेवता आपले विचार व्यक्त केले.

"आपल्या वाचनाची आवड कशी वाढत गेली? याबाबतीत कुणाचं मार्गदर्शन मिळालं?" मी एग-सँडविचचा लचका तोडीत विचारलं.

"माझ्या वाचनाच्या आवडीचं सारं श्रेय माझ्या आईलाच दिलं पाहिजे. ती दुपारच्या वेळी 'श्रीकृष्णलीला', 'भागवत' यांसारखे ग्रंथ डोळा लागेपर्यंत वाचायची. बाजूला पडलेली अस्ताव्यस्त पुस्तकं मी दहा-बारा वर्षांची झाल्यावर वाचू लागले. कृष्णाच्या अनेक लीला वाचून मी थक्क होऊन जाई. गोपी आणि कृष्णाच्या शृंगाराबद्दल मला कुतूहल वाटे. भागवतात कृपाचार्य, द्रोणाचार्य यांसारख्या ऋषींच्या जन्मकथा वाचून मी गोंधळात पडे. मी वयात आले आणि फडके-माडखोलकरांच्या कादंबऱ्या वाचू लागले. फडक्यांच्या कादंबरीतले केसाळ मनगटांचे नायक व गोऱ्या मानेवर सैलसर अंबाडा सोडणाऱ्या नायिका यांच्यांत बॅडमिंटन सुरू झालं की-मला धाप लागे. नायक-नायिका एकमेकांचं दीर्घ चुंबन घेऊ लागली की, मला कसंसंच होई! या सर्व कादंबऱ्यांनी माझ्या जीवनावर खोल परिणाम केला आहे."

"शाळा-कॉलेजात असताना कोणत्या प्रकारची पुस्तकं तुम्ही वाचत होता?" मी प्रश्न केला.

"मॅट्रिकच्या वर्गात असताना आम्हा तीन-चार मैत्रिणींचा एक ग्रुपच होता. त्यातली कल्पना विंचूरकर नावाची बड्या घराण्यातली मुलगी आमच्या ग्रुपची

लीडर होती. अनेक प्रकारची लैंगिक मासिकं ती कुठूनशी पैदा करी. मग दूर माळावर जाऊन असल्या मासिकांचं सामुदायिक वाचन आम्ही करत असू. ही मासिकं व तत्सम पुस्तकं वाचून जीवनाची जाण आम्हाला आली. आमचा सगळा ग्रुप दोनदा मॅट्रिक नापास झाला, ही गोष्ट खरी; पण केवळ शालेय पुस्तकी ज्ञानापेक्षा आमचं ज्ञान अधिक विशाल, अधिक सखोल झालं होतं! जीवनातील कुठल्याही कठीण प्रसंगाला तोंड द्यायची जिद्द आमच्यात निर्माण झाली होती.''

''इंग्रजी पुस्तकं तुम्ही वाचता? तुमची आवडती इंग्रजी पुस्तकं कोणती?'' मी दातांनी सफरचंदाचा टवका उडवीत विचारलं.

''मोराविआची 'वुमन ऑफ रोम', लॉरेन्सची 'लेडी चॅटर्लीज लव्हर', काल्डवेलच्या 'गॉड्स लिटल एकर' व 'धिस व्हेरी अर्थ', अलेक्झांडर कुप्रिनची 'यामा' वगैरे. 'लेडी चॅटर्लीज लव्हर' कादंबरीशी मी इतकी समरस झाले होते की, त्यातली लेडी चॅटर्ली म्हणजे मीच व तो गेमकीपर म्हणजे आम्हाला लॉजिक शिकवणारे आडदांड प्रोफेसर, असं मला राहून राहून वाटायचं!''

''मराठीतल्या कादंबरीकारांबद्दल तुमचं काय मत आहे?''

''जीवनाचा गर्भितार्थ उकलून दाखविण्याची ताकद मराठी लेखकांत नाही. चुंबनालिंगनांपलीकडे त्यांची मजल क्वचितच जाते. पहिल्या पानावर नायक-नायिकेची दूध केंद्रावर किंवा कॉलेज-कँटिनमध्ये भेट झाली की, ती नुसता एकमेकांना स्पर्श करीपर्यंत शंभर - एक पानं जावी लागतात. ओझरतं चुंबन घेईपर्यंत आणखी पन्नास पानं– शेवटच्या पानावर कशीबशी आलिंगनापर्यंत मजल! मात्र अलीकडचे लेखक सुधारू लागले आहेत. मराठी साहित्याच्या दृष्टीनं ही आशादायक गोष्ट आहे, असं मला वाटतं!''

''आणखी कोणत्या पुस्तकांचा तुमच्या जीवनावर परिणाम झाला आहे?'' मी सुपारीचा बोकणा भरीत चौकशी केली.

''माझ्या जीवनाला वेगळं वळण लावून देणारं पुस्तक म्हणजे 'हजार पाकक्रिया.' या पुस्तकानं अनेक सुखाचे क्षण मिस्टर धराधरना लाभू दिले आहेत. 'केशविरचना - मंत्र आणि तंत्र' या पुस्तकानं माझ्या जीवनाबरोबरच केसांत आमूलाग्र क्रांती घडवून आणली. 'नट्टापट्टा व तो कसा करावा?' या पुस्तकातील सूचनांची मी ज्या ज्या वेळी अंमलबजावणी करून पार्ट्यांना गेले आहे, त्या त्या वेळी भोवतालच्या लोकांना नेत्रसुखाचा अनुभव दिला आहे. पुस्तकांचे आपल्यावर व लोकांवर किती ते अनंत उपकार!''

''अलीकडे आपण वाचता केव्हा, कसे, किती?''

''दुपारी दिवाणवर लोळत, कधी सोफ्यावर अंग ताणून देत मी पुस्तकं

वाचते. रात्री वेळ मिळत नाही. कधी त्यांच्याबरोबर पार्ट्यांना जावं लागतं, कधी आमच्याच घरी पार्टी असते. हे दोन्ही नसतं, त्या दिवशी जेवण करून आम्ही बेडरूममध्ये गेलो की, वाचन करणं शक्य नसतं!''

''का बरं?''

''इश्श!'' लीना धराधरांच्या गालावर लज्जेचे गुलाब फुलले.

मी सुज्ञ असल्यानं मला त्यांची अडचण समजली. लगेच मी दुसऱ्या प्रश्नाकडे वळलो.

''तुमच्या ग्रंथसंग्रहालयाचा विस्तार कसा झाला?''

''मी स्वत: पुस्तकं विकत घेते. मागं महिला मंडळाची लायब्ररी माझ्या घरी होती. लायब्ररी बंद पडली; पण पुस्तकं माझ्या घरीच राहिली. त्यामुळं माझ्या ग्रंथसंग्रहात भर पडली. माझ्या विसराळू स्वभावामुळंही माझा ग्रंथसंग्रह समृद्ध झाला आहे.''

''तो कसा काय?''

''दुसऱ्याकडून पुस्तकं वाचायला आणली की, ती परत द्यायला मी विसरते. कधी, कोणतं पुस्तक, कुणाचं, ते लक्षात राहत नाही. दहा-बारा मैत्रिणींकडून पुस्तकं वाचायला आणली की, कोणतं पुस्तक कुणाचं, ते मी कसं लक्षात ठेवणार? यावर उत्तम उपाय, म्हणजे मी कुठलंच पुस्तक परत करत नाही. अशी अनेक पुस्तकं माझ्याकडे साचून राहिली आहेत. त्यामुळं माझ्या ग्रंथसंग्रहालयात मोलाची भर पडली आहे.''

''मिस्टर धराधरना वाचनाची कितपत आवड?'' मी विचारलं.

लीना धराधर कौतुकानं हसल्या.

''त्यांना आणि वाचनाची आवड? हे फक्त वर्तमानपत्रांतल्या जाहिराती, शेअर मार्केटचं पान आणि कंपन्यांचे प्रॉस्पेक्टेस वाचतात!''

''चालायचंच! अरे हो, विचारायचं विसरलोच. इंग्रजी पुस्तकांचा संग्रह कुठं आहे तुमचा?''

''मी पॉकेटबुक्स विकत घेते. शोकेसमध्ये ती शोभून दिसतात. माझ्याकडची पॉकेटबुक्स समोरच्या शोकेसमध्ये होती. परवा या हॉलला नवा पेंट दिला. पॉकेटबुक्सवरल्या कव्हर्सचं व हॉलच्या कलरचं मॅचिंग होईना! म्हणून मी मिस्टरांना नवी पॉकेटबुक्स आणायला सांगितलं आहे. जुनी पॉकेटबुक्स ट्रंकेत टाकली आहेत. पुस्तकं विकत घेताना कलर- मॅचिंगचा सेन्स पाहिजे- नाही का हो?''

''तर काय! मी उठतो आता! आपला काही संदेश?''

''संदेश ना? खूप वाचा, निवडक वाचा आणि आपलं व्यक्तिमत्त्व समृद्ध

करा! व्यक्तिमत्त्वाबरोबरच कोणत्याही मार्गानं आपला ग्रंथसंग्रहही समृद्ध करा! आणि पुस्तकं विकत घेताना कलर मॅचिंगचा सेन्स ठेवा!''

तेवढ्यात दुसरा चहा आला. तो घेत त्यांनी मनमोकळेपणानं मुलाखत दिल्याबद्दल मी त्यांचे पुन: पुन्हा आभार मानले.

◆ ◆ ◆